ചന്ദ്രനിൽ നിന്നൊരു കൊതുക്

AF518862

Yuvajana Samithi Publication
Ochira

CHANDRANIL NINNORU KOTHUKU.
By Hameed Kunju
Stories / Malayalam

First Published: August, 2024

Typesetting: Bodhi Books
Cover & Book Design:
Chembarathi Creatives

ISBN: 978-81-19770-92-2

Price **Rs. 160**
Production No. B-B-177-1-100-08-24

Rights @ Author

Bodhi Books
Nedumpana PO, Kannanalloor
Kollam - 691576, Kerala, India
E-mail: bodhibooks03@gmail.com
Tel: +91 9447304886

No Part of this publication may be re produced
or transmitted in any form or by any means,
without any prior written permission
of the author or publisher

Printed and bound in India by
Repro Mumbai

ചന്ദ്രനിൽ നിന്നൊരു കൊതുക്

കഥകൾ

വചനവിദ്യൻ
(ഹമീദ് കുഞ്ഞ്)

യുവജനസമിതി പബ്ലിക്കേഷൻ
ഓച്ചിറ

നാടിന്റെ സർഗ്ഗാത്മകതയെ നാം തന്നെ അടയാളപ്പെടുത്തുന്നു

ഈ നാടിന്റെ സാഹിത്യ, സാംസ്ക്കാരിക, സാമൂഹിക രംഗങ്ങളിൽ നിറഞ്ഞുനിൽക്കുന്ന യുവജനസമിതി - യുവജനസമിതി പ്രഭാരാജേന്ദ്രൻ സ്മാരക ഗ്രന്ഥശാലയുടെ നേതൃത്വത്തിൽ യുവജനസമിതി പബ്ലിക്കേഷന്റെ മൂന്നാമത്തെ പുസ്തകമാണ് പ്രസിദ്ധീകൃതമാകുന്നത് എന്നത് ഏറെ സന്തോഷത്തോടെ രേഖപ്പെടുത്തട്ടെ.

സർഗ്ഗസന്നദ്ധരായ എഴുത്തുകാരെ കണ്ടെത്തി പ്രോത്സാഹിപ്പിക്കുക എന്ന ദൗത്യം ഏറ്റെടുത്ത് മുന്നേറുകയാണ് ഈ ഗ്രന്ഥശാല. കാലത്തോടൊപ്പം സഞ്ചരിക്കുന്നതിലുള്ള ധന്യതയോടെ വചനവിദ്യൻ എന്ന തൂലികാനാമത്തിൽ രചനകൾ നടത്തുന്ന ഹമീദ് കുഞ്ഞിന്റെ "ചന്ദ്രനിൽ നിന്നൊരു കൊതുക്" എന്ന ചെറുകഥാസമാഹാരം നിറഞ്ഞ സന്തോഷത്തോടെ ഓച്ചിറ യുവജനസമിതി പ്രഭാരാജേന്ദ്രൻ സ്മാരക ഗ്രന്ഥശാല പ്രസിദ്ധീകരിക്കുന്നു.

യുവജനസമിതി പബ്ലിക്കേഷൻ
ഓച്ചിറ, കൊല്ലം

ഹമീദ് കുഞ്ഞ് (വചനവിദ്യൻ)

താഹാക്കുട്ടിയുടേയും റംലത്തു ബീവിയുടേയും മൂന്നാമത്തെ മകനായി 1-4-1970 ൽ ആലപ്പുഴ ജില്ലയിലെ കായംകുളം കൃഷ്ണപുരത്ത് ജനനം. ഇപ്പോൾ കൊല്ലം ജില്ലയിലെ ഓച്ചിറ കൊറ്റമ്പള്ളിയിൽ താമസം.

ആമുഖം

പൂമൊട്ട് വിടരുന്നതും സൂര്യനുദിക്കുന്നതും മഴ പെയ്യുന്നതുമെല്ലാം സംഭവങ്ങളാണ്. എന്നാൽ ആവർത്തനവിരസത അതിനെ "സ്വഭാവികം" എന്ന വീക്ഷണത്തിലാണ് കാഴ്ചക്കാരനെക്കൊണ്ടെത്തിക്കുക. എന്നാൽ ഓരോ സംഗതികൾക്കും പിന്നിലൊളിഞ്ഞിരിക്കുന്ന സത്യം തിരഞ്ഞുപോകുന്നവരുണ്ട്. അക്കാര്യത്തിലുള്ള അന്വേഷണതല്പരതയാണവരെ നയിക്കുക. കാഴ്ചക്കാരെ സംബന്ധിച്ച് എല്ലാമവർക്ക് കാഴ്ചകൾ മാത്രമാണ്. ഉൾകാമ്പുകളെക്കുറിച്ചുള്ള ചിന്ത അവരെ അലട്ടിക്കൊള്ളണമെന്നില്ല. നേർക്കാഴ്ചകൾക്ക് ചിന്തകളിൽ നിന്നുമുരുത്തിരിയുന്ന ഉൾക്കാമ്പ് നൽകുകയാണ് കഥാരചനകളിൽ ചെയ്യുന്നത്. ഭാവനയുടെ മേമ്പൊടി ആവശ്യാനുസരണം നൽകി രൂപപ്പെടുത്തിയെടുക്കുന്നവയെങ്കിലും ജീവിതങ്ങളിൽ നിന്നും വളരെ അകലെയൊന്നുമായിരിക്കില്ല ആത്മാംശമുള്ള രചനകൾ. സ്വഭാവികമായി അനുഭവേദ്യമാകുന്ന നേർക്കാഴ്ചയുടെ കാതൽ ഒരു പക്ഷെ, അസ്വഭാവികമായി സംഭവിച്ച ഒന്നിന്റെ അനന്തരഫലമാകാം. ആ അസ്വഭാവികത എന്താണെന്നു തിരഞ്ഞുപോകുകയാണ് ഒരു കുറ്റാന്വേഷകനെപ്പോലെ കഥാകൃത്തും ചെയ്യുന്നത്. കുറ്റാന്വേഷകന് നേരിലേക്കെത്തിപ്പെടാൻ ശരിയായ വഴിയിൽക്കൂടിത്തന്നെ സഞ്ചരിക്കണമെന്നുള്ളപ്പോൾ താൻ നിശ്ചയിക്കുന്ന വഴികളിൽ കൂടി സഞ്ചരിച്ച് താൻ നിശ്ചയിക്കുന്ന നേരിലേക്ക് എത്തിപ്പെടുകയാണ് കഥാകൃത്ത് ചെയ്യുന്നത്. എഴുത്തുകാരന് ചിന്തകളിൽക്കൂടി സത്യത്തിലേക്ക് സഞ്ചരിക്കാൻ സാധിച്ചേക്കുമെങ്കിലും സത്യം തെളിയിക്കുകയെന്ന ബാധ്യതയില്ലാത്തതുകൊണ്ടു തന്നെ അനുയോജ്യമായ സന്ദർഭങ്ങളെ സത്യമാക്കിത്തീർക്കുകയാണ് ചെയ്യുന്നത്.

ഇവിടെ ഞാനണിനിരത്തുന്ന കഥാപാത്രങ്ങളിൽ സ്വയം ഉൾചേരുന്നത് മറ്റു കഥാപാത്രങ്ങളെക്കൂടി ജീവസ്സുറ്റതാക്കാൻ ഉപകരിക്കുമെന്ന വിശ്വാസത്തിലാണ് "കഥ പറയാനൊരു ശിശിരം" എന്ന പേരിൽ ഒന്നാം കഥ പറഞ്ഞു തുടങ്ങുന്ന ഞാൻ അതവസാനിപ്പിക്കുന്നത് മറ്റ് ഒൻപതു കഥകളും പറഞ്ഞതിനു ശേഷം മാത്രമാണ്. അത്തരമൊരു ചിട്ടപ്പെടുത്തൽ നടത്താൻ ഞാൻ പ്രേരിതനായതിന്റെ പ്രധാന കാരണം വായനാഭിരുചിയിൽ വ്യത്യസ്തരായിരിക്കാവുന്ന എല്ലാവരെയും ഒരേപോലെ പരി

ഗണിക്കുകയെന്ന കാഴ്ചപ്പാടിലാണ്. മാത്രമല്ല, എഴുത്തുകാര നാകാനിറങ്ങിപ്പുറപ്പെട്ട ഒരുവന്റെ വേദനയും നിസ്സഹായതയും സന്തോഷവും മനോവ്യാപാരവുമെല്ലാം വായനക്ക് വിട്ടുനൽകു മ്പോൾ ഒരു പരിധിവരെയെങ്കിലും എഴുത്തുകാരനും വായന ക്കാരനും സമരസപ്പെടാനുള്ള സാധ്യതയും കൂടുതലാണ് ഈ ശൈലി രൂപപ്പെടുത്തിയതുകൊണ്ടുള്ള നേട്ടങ്ങളിൽ മറ്റൊന്നെ ന്നും കരുതുന്നു. കഥകളെക്കുറിച്ചും അതിന്റെ ശൈലിയെക്കുറി ച്ചുമൊക്കെ പറയുന്നതിനപ്പുറം, മാതൃവാത്സല്യത്തോടെ കൈവി രലുകൾ പിടിച്ച് അക്ഷരങ്ങൾ പരിചയപ്പെടുത്തിത്തന്ന എന്റെ അഭിവന്ദ്യ ഗുരു സാവിത്രി ടീച്ചർ "അമ്മയെ" ഹൃദയപൂർവ്വം സ്മ രിക്കുവാൻ ഈ സന്ദർഭം ഞാനുപയോഗിക്കുകയാണ്. ഓട്ടോ റിക്ഷാ ഡ്രൈവറായി ഉപജീവനം നടത്തുന്ന ഞാൻ ഒരു എഴു ത്തുകാരൻ എന്ന നിലയിൽ ഉയർന്നുവരണമെന്ന് അതിയായി ആഗ്രഹിച്ച എന്റെ സഹപ്രവർത്തകർക്ക്, പ്രത്യേകിച്ച് എല്ലാ വിധ സഹായങ്ങളുമായി എപ്പോഴും കൂടെ നിൽക്കുന്ന മധു പര ബ്രഹ്മം, സാദിഖ് കയ്യാലം എന്നിവർക്ക് എന്റെ നിഷ്കളങ്കമായ നന്ദിയും കടപ്പാടും ഞാനിവിടെ രേഖപ്പെടുത്തുകയാണ.്

ഞാനിതുവരെ എഴുതാതിരുന്നതുകൊണ്ടല്ല, അലസത കൂ ടപ്പിറപ്പായതുകൊണ്ടുതന്നെ എന്റെ ഒട്ടുമിക്ക രചനകളും പെ ട്ടിയിൽ തന്നെയാണ്. എന്തിനും ഒരു ഇടപെടൽ വേണമെന്ന് പറയും പോലെ മറ്റു പല പ്രതിഭകളെയും കണ്ടെത്തി അവരു ടെ പുസ്തകങ്ങൾ പ്രസിദ്ധീകരിച്ചു അവരെ സമൂഹത്തിനുമു ന്നിൽ ഉയർത്തിക്കാട്ടി മാതൃകയായിത്തീർന്ന "അരുൺകുമാർ സാർ" തന്നെ വേണ്ടിവന്നു ഇങ്ങനെയൊരു പുസ്തകം പ്രസി ദ്ധീകരിക്കുന്നതിനും മുൻകയ്യെടുക്കാൻ. ഞാൻ താമസിക്കുന്ന ഓച്ചിറ പ്രദേശത്തെ സാമൂഹിക, സാംസ്കാരിക മേഖലകളിൽ അത്യുന്നതി കൈവരിച്ചു തലയുയർത്തി നിൽക്കുന്ന "ഓച്ചിറ യുവജനസമിതി പ്രഭാരാജേന്ദ്രൻ സ്മാരക ഗ്രന്ഥശാല" യുടെ അമരക്കാരനായ ശ്രീ. അരുൺകുമാർ സാർ ഈ പ്രദേശത്തി ന്റെ ഉന്നമനത്തിനായി സാമൂഹിക സാംസ്ക്കാരിക രംഗങ്ങളി ൽ നിരന്തരം നടത്തിക്കൊണ്ടിരിക്കുന്ന ഇടപെടലുകളുടെ ഭാ ഗമായാണ് എന്റെ ഈ പുസ്തകവും വെളിച്ചത്തിലെത്തുന്നത്. അദ്ദേഹത്തിന്റെ ഈ വിധ പ്രവർത്തനങ്ങൾക്ക് ആശംസകള ർപ്പിക്കുന്നതിനൊപ്പം എന്റെയീകഥകൾ പ്രസിദ്ധീകരണത്തിനാ യി ഏറ്റെടുത്ത പ്രഭാ രാജേന്ദ്രൻ മെമ്മോറിയൽ ഗ്രന്ഥശാലക്കും

അരുൺകുമാർ സാറിനും മറ്റെല്ലാ ഭാരവാഹികൾക്കും ഞാനെന്റെ നിസ്സീമമായ നന്ദിയും കടപ്പാടും രേഖപ്പെടുത്തുവാനും ഈ സന്ദർഭം ഉപയോഗിക്കുകയാണ്. ഓച്ചിറ സ്വദേശിയായ കഥാകൃത്ത് ഹമീദ് കുഞ്ഞ്, വചനവിദ്യൻ എന്ന തൂലികാ നാമത്തിലാണ് രചനകൾ നടത്തുന്നത്.

കൊല്ലം ആലുംകടവ് സ്വദേശിനിയായ ഭാര്യ ഷാജിതാ ബീവി. മൂന്ന് ആൺ മക്കൾ: ഹാഷിം, ബിലാൽ, ഹിലാൽ.

"കാഴ്ചയിൽ ഇന്നലെയുടെ പകലിന്നൊടുവിൽ കരകാണാക്കടലിന്റെ അഗാഥതയിലെവിടെയോ പോയ് മറഞ്ഞ് നനഞ്ഞു കുതിർന്ന് വെളിച്ചം നഷ്ടപ്പെട്ട സൂര്യൻ വീണ്ടുമുദിച്ചുയർന്ന് വെളിച്ചം വീണ്ടെടുക്കാൻ ശ്രമം തുടരുകയാണ്"

വചനവിദ്യൻ
8301932854

അവതാരിക

കഥയുടെ പൂക്കാലം

ലളിതമായ ശൈലിയിൽ രചിച്ച രസകരമായ പത്തു കഥകളാണ് ഈ പുസ്തകത്തിലുള്ളത്. ജീവിതവും കഥയെഴുത്തും യക്ഷിയും കഴുകനും ചന്ദ്രനും ഗ്രാമവും നഗരവും വേർപിരിക്കാനാകാത്ത വിധത്തിൽ ഇഴുകിച്ചേർന്നിരിക്കുന്ന രചനാ ശൈലിയാണ് വചനവിദ്യൻ എന്ന കഥാകൃത്തിന്റേത്. വായന ഇവിടെ അതീന്ദ്രിയാനുഭൂതിയായി മാറുന്നു. വായനക്കാരൻ ബദ്ധശ്രദ്ധനായി അക്ഷരങ്ങളോടു സംവദിക്കുന്നു. ഭാവനയുടെ നിറങ്ങൾ കഥയുടെ അഴകു വർദ്ധിപ്പിക്കുന്നു. സംഭാഷണങ്ങളിലെ മാസ്മരിക ചാരുത വായനക്കാരനെ അത്ഭുതപ്പെടുത്തുന്നു. സ്നേഹബന്ധങ്ങളുടെ ഊഷ്മളത ആവരണ മെന്നപോലെ കഥകൾക്കു ചുറ്റും സുരക്ഷിതവലയം മെനയുന്നു. കഥയെഴുതാൻ കഥാകൃത്ത് സംഭരിക്കേണ്ട കരുത്തിനേയും ഏകാഗ്രതയെയും കുറിച്ച് ഓർമ്മപ്പെടുത്തുന്നുണ്ട് "കഥപറയാനൊരു ശിശിരം". അനുസ്യൂതം ഒഴുകുന്ന നദിയെന്നപോലെ കഥ തുടരുന്നു. ഒടുവിൽ ആ കഥയുടെ ഗതി സാധാരണ സംഭവങ്ങളിൽ കലാശിക്കുന്നില്ല. ഏതൊക്കെ സാധ്യതകളാണോ ആ കഥയ്ക്ക് ഉള്ളത്, അവയെല്ലാം വായനക്കാരനു മുന്നിൽ കഥാകൃത്ത് തുറന്നിടുന്നതായി മനസ്സിലാക്കാം. കഥാന്ത്യത്തിൽ മാത്രമല്ല, കഥകളിൽ ഉടനീളം നിറയുന്ന നിഗൂഢതയുടെ സൗന്ദര്യമാണ് വചനവിദ്യന്റെ എല്ലാ കഥകളുടേയും കാതൽ. പ്രകൃതിയിലും മനുഷ്യമനസ്സിലും ഒളിഞ്ഞിരിക്കുന്ന ദിവ്യരഹസ്യങ്ങളെ കണ്ടെത്താനുള്ള വാഞ്ഛയാണ് ഈ കഥകളെ മുന്നോട്ട് നയിക്കുന്ന ചാലകശക്തി. കടലാസും പേനയും ജീവിതത്തിന് അനിവാര്യമാണെന്ന് ഓർമ്മിപ്പിക്കുന്നു ഓരോ കഥയും. മലയാളികളുടെ മനസ്സിൽ കഥയുടെ പൂക്കാലമൊരുക്കിയ വചനവിദ്യന് ഹൃദയം നിറഞ്ഞ ആശംസകൾ.

ഡോ. ഷൈനി തോമസ്
മലയാളം അദ്ധ്യാപിക
മാർത്തോമ്മാ കോളേജ്, തിരുവല്ല

ഉള്ളടക്കം

കഥ പറയാനൊരു ശിശിരം

എഴുതണം, ഏകാഗ്രതയോടെയിരുന്നെഴുതാൻ സ്വസ്ഥമായൊരു സ്ഥലം കണ്ടെത്തണം. ഇത്തരമൊരു ചിന്ത തുടങ്ങിയിട്ട് നാളുകൾ ഏറെയാകുന്നു. ഇനിയും നീട്ടിവെക്കാൻ വയ്യ, പിന്നെ അധികമാലോചിക്കാൻ നിന്നില്ല. ധരിച്ചിരിക്കുന്ന വസ്ത്രം കൂടാതെ ഒരു ജോഡി കൂടിയെടുത്ത് തോൾ സഞ്ചിയിൽ വെച്ചു, ബോർഡും കടലാസും പേനയുമെല്ലാം സഞ്ചിയിൽതന്നെയുണ്ടെന്നുറപ്പുവരുത്തി. പിന്നെ കൂടുതൽ ആലോചിക്കാതെ, ആരോടും ഒന്നും പറയാതെ ഞാനെന്റെ യാത്രതുടങ്ങി.

എഴുതിത്തുടങ്ങണമെങ്കിൽ മനസ്സിനെ ഏകാഗ്രതപ്പെടുത്തി നിർത്താൻ കഴിയുന്ന നല്ലൊരുഗ്രാമാന്തരീക്ഷം വേണമെന്ന് ആദ്യം തന്നെ നിശ്ചയിച്ചിരുന്നു. പക്ഷെ, സ്വന്തം തീരുമാനത്തിന് വിരുദ്ധമായി ഞാനെത്തിപ്പെട്ടത് ഒരു വൻ നഗരത്തിലായിരുന്നു. ദിവസങ്ങളോളം നഗരത്തിലാകെ അലഞ്ഞു നടന്നിട്ടും, കൈവശമുണ്ടായിരുന്ന അവസാന നാണയത്തുട്ടും തീർന്നിട്ടും ഒരു ഗ്രാമപ്രദേശം തിരഞ്ഞുപോകാൻ അപ്പോൾ ഞാൻ തയ്യാറായില്ല. ആദ്യം നഗരത്തിന്റെ മരീചികകളിൽ നിന്നും അതിന്റെ വൈരുദ്ധ്യങ്ങളും തീക്ഷ്ണതകളുമേറ്റുവാങ്ങി മനസ്സ് ഭാരപ്പെട്ടതിനു ശേഷമാകാം ഗ്രാമപ്രദേശം തിരഞ്ഞുള്ള യാത്രയെന്ന് ഉപബോധമനസ്സ് എന്നെ ഉപദേശിച്ചിട്ടുണ്ടാകാം. അത്തരമൊരു വിചാരത്തോടെ കാലുകൾ നീട്ടി വലിച്ചു ഞാൻ നടന്നു തുടങ്ങിയിട്ടിപ്പോൾ മണിക്കൂറുകൾ പത്തിൽക്കൂടുതലായിരിക്കുന്നു.

വല്ലാതെ ദാഹിക്കുന്നു. വഴിച്ചിലവിനും വണ്ടിക്കൂലിക്കുമായി ഇനി ഒന്നും തന്നെ അവശേഷിക്കുന്നില്ലെന്നുറപ്പുണ്ടായിട്ടും പോക്കറ്റുകളിലും തോൾ സഞ്ചിയിലും പരതിക്കൊണ്ട് നടപ്പ് തുടർന്നു. വിശന്നുവലഞ്ഞവൻ നടന്നു തളരുകകൂടി ചെയ്താൽ സ്വപ്നങ്ങളും ചിന്തകളും മോഹങ്ങളുമെല്ലാം അവനെവിട്ട് ഓടിയകലുമോ? നിശ്ചയമില്ല! പക്ഷെ, ഒന്നുമാത്രം ഞാൻ തിരിച്ചറി

യുന്നു, എന്റെ മസ്തിഷ്കം പ്രവർത്തനരഹിതമായിക്കൊണ്ടിരിക്കുന്നു, തലചുറ്റുന്നതായിത്തോന്നി.

മുന്നിലുള്ള കാഴ്ചകൾ തീർത്തും അവ്യക്തമായി. ഞാനിപ്പോൾ നഗരത്തിലോ, അതോ ഏതെങ്കിലും ഗ്രാമത്തിലോ? ഒന്നും മനസ്സിലാകുന്നില്ല. വേച്ചുവീണുപോകുമെന്ന് തോന്നിയപ്പോൾ അടുത്തുണ്ടായിരുന്ന ഇലക്ട്രിക് പോസ്റ്റിൽ ചാരിനിന്നു.

ആ സന്ധ്യാനേരത്ത് എന്റെ തലക്ക് മുകളിൽ പോസ്റ്റിലെ ബൾബ് പെട്ടെന്ന് തെളിഞ്ഞു. ഏറെ അവശനെങ്കിലും മുഖമുയർത്തി ആ ഇലക്ട്രിക് വിളക്കിലേക്ക് നോക്കി.

പ്രതീക്ഷയുടെ പ്രകാശകിരണങ്ങളാണ് അതിൽനിന്നും പുറപ്പെടുന്നതെന്നെനിക്ക് തോന്നി. മുഖം തിരിച്ച് അകലേക്ക് നോക്കുമ്പോൾ വിദൂരതയിൽ നല്ലൊരു ഗ്രാമാന്തരീക്ഷം മാടിവിളിക്കുന്നതായി അനുഭവപ്പെട്ടു. ഇരുൾ തിങ്ങിനിറഞ്ഞ ആ വിദൂരതയിലേക്ക് തുറിച്ചു നോക്കിക്കൊണ്ട് ഞാനുറക്കെ വിളിച്ചുപറഞ്ഞു.

“ഇല്ല, ഞാൻ തളരില്ല, എനിക്കെഴുതണം, എന്റെ റോസ്മേരിയെക്കുറിച്ച്... അവളെ ലോകത്തിന് കാട്ടിക്കൊടുക്കണം!

ആരോരുമറിയാതെ ഒരു അനാഥയായി അവളീലോകത്തുനിന്നും മാഞ്ഞുപോയ്ക്കൂടാ...!’

ആ അവസാന വാചകങ്ങൾ പറയുമ്പോൾ എന്റെ ശബ്ദമിടറുകയും കണ്ണുകൾ നിറഞ്ഞൊഴുകുകയും ചെയ്തുവോ?! എന്റെ ചെയ്തികൾ കാണാനും, പറഞ്ഞത് കേൾക്കാനുമായി അപ്പോഴവിടെ ആരെങ്കിലും ഉണ്ടായിരുന്നതായി എനിക്ക് തോന്നിയില്ല. ഒരു മിന്നൽപ്രളയത്തിലകപ്പെട്ടുപോയതു പോലെ എന്റെ പ്രജ്ഞമരവിച്ചുപോയിരുന്നു. കൈകാലുകൾകുഴഞ്ഞ് ആ പോസ്റ്റിനുചുവട്ടിൽ ഞാൻ വീണുപോകുന്നത് അപ്പോഴെനിക്ക് തിരിച്ചറിയാൻ കഴിയുന്നുണ്ടായിരുന്നില്ല. ഗ്രാമപ്രദേശത്തെ പഴയമട്ടിലുള്ള മൂന്ന്മുറി കടത്തിണ്ണയിൽ ബോധലോകത്തേക്ക് ഞാൻ മടങ്ങിവരുമ്പോൾ ഇലച്ചാർത്തുകൾക്കിടയിൽ കൂടി പ്രഭാതകിരണങ്ങൾ ഭൂമിയിൽ പതിച്ചുതുടങ്ങിയിരുന്നു.

ആ കടത്തിണ്ണയിൽ അല്പം അകലെയായി ഒരുരൂപം മൂടിപ്പുതച്ചിരിപ്പുണ്ടെന്നുമനസ്സിലാക്കാൻ എനിക്ക് പിന്നെയും സമയം വേണ്ടിവന്നു. ഞാനുണർന്നുവെന്ന് മനസ്സിലാക്കിയ ആ രൂപം പുതപ്പുമാറ്റിയെഴുന്നേറ്റ് എനിക്കരുകിലേക്ക് വന്നു. കുഞ്ഞേതാ... എവിടെപ്പോകാൻ വന്നൂ... ഇപ്പഴെന്താ പ്രശ്നം...? ആ നീണ്ടചോ

ദ്യങ്ങൾക്ക് ഉത്തരംപറയാൻ നാവനക്കാൻകഴിയാതെ ഞാൻനിശ്ചലം കിടന്നു. കുറച്ചുനേരം ശങ്കിച്ചുനിന്നശേഷം ആയാസപ്പെട്ട് തിണ്ണയിൽനിന്നിറങ്ങി ആ വൃദ്ധരൂപം അകലേക്ക്നടക്കുമ്പോൾ അയാളുടെ ഇടതു കാലിന് അല്പം മുടന്തുണ്ടെന്ന് ഞാൻ തിരിച്ചറിഞ്ഞു. ഇനിയെന്താണ് സംഭവിക്കുകയെന്ന് നിശ്ചയമില്ലാതെനിരാശനായി ഞാൻ കണ്ണുകളടച്ചു.

അവൾ

കണ്ണെത്താദൂരത്തിൽ പരന്നു കിടക്കുന്ന റബർതോട്ടത്തിന്റെ അതിരുകഴിഞ്ഞ്, അതിനെക്കാൾ വിശാലമായ പാവലും പടവലവും മറ്റും നിറഞ്ഞ കൃഷിയിടം. റബർതോട്ടത്തിനതിരിൽ പണിയാവശ്യങ്ങൾക്കുള്ള സാധനസാമഗ്രികൾ സൂക്ഷിച്ചിരിക്കുന്ന ഷെഡ്ഡിൽ ഞാൻ വാസം തുടങ്ങി. റബറിനെക്കുറിച്ചോ മറ്റു കൃഷികളെക്കുറിച്ചോ ഒന്നുംതന്നെ അറിയില്ലെങ്കിലും മറ്റു പണിക്കാർക്കൊപ്പംകൂടി വേഗം പണിപഠിച്ച് അവർക്കൊരു സഹായിയായി മാറിക്കൊള്ളാമെന്ന കരാറിലായിരുന്നു അവിടം തരപ്പെടുത്തിയത്. വിശപ്പിന് ഭക്ഷണവും തലചായ്ക്കാനൊരിടവും അത്യാവശ്യമായിരുന്നത് കൊണ്ട് ആ സാഹചര്യത്തിൽ മറ്റുമാർഗ്ഗങ്ങളുണ്ടായിരുന്നില്ല.

നല്ലൊരു പണിക്കാരനാണെന്ന് മറ്റുള്ളവർക്ക് തോന്നുന്നതരത്തിൽ ഞാൻ കഠിനമായിപണിയെടുത്ത് തുടങ്ങി. എന്റെ ചിന്തകളും സ്വപ്നങ്ങളും കഥകളുമെല്ലാം മനസ്സിൽകിടന്ന് നീറിപ്പുകഞ്ഞുകൊണ്ടിരിക്കുമ്പോഴും ഓരോ വൈകുന്നേരങ്ങളിലും കൃഷിയിടത്തിൽ അനേകം ജോലികൾ എനിക്കായി ബാക്കിനിന്നു. കഥകളെഴുതാനിറങ്ങിപ്പുറപ്പെട്ട ഞാൻ കൃഷിപ്പണിക്കാരനായി മാറിയതിലെ വൈചിത്ര്യമാലോചിച്ച്, ലോകത്തോട് തന്നെ അമർഷംകൊണ്ട് പേനയും കടലാസും കയ്യിലെടുക്കാനശക്തനായി ഓരോരാത്രികളിലും തളർന്നവശനായി പുൽപ്പായയിൽ വീണുമയങ്ങി. എന്റെ ഷെഡ്ഡിനുതൊട്ടുപിന്നിൽ അടുത്ത പുരയിടത്തിന്റെ മൂന്നാൾപ്രിയം ഉയരമുള്ളൊരു മതിലായിരുന്നു.

പഴയമാതൃകയിലുള്ള ഒരു കൂറ്റൻ ഇരുനില ബംഗ്ലാവുമായി ആ മതിൽക്കെട്ടിനുള്ളിലെ പുരയിടം ഒരേക്കറോളം വിശാലമായി പരന്നുകിടക്കുന്നു. എന്റെ ഷെഡ്ഡിനതിരിലുള്ള മതിലിന്റെ ഉള്ളിലായി സാമാന്യം നല്ല രീതിയിൽ ചേനകൃഷി ചെയ്തിരിക്കുന്നത് പ്രധാന വഴിയിൽകൂടി വരുമ്പോൾ വലിയ ഇരുമ്പ് ഗേ

റ്റിന്റെ അഴികൾക്കിടയിൽകൂടി കാണാൻ കഴിയുമെങ്കിലും മറ്റു മിക്ക ഭാഗങ്ങളിലും കാട്കയറിക്കിടക്കുകയാണ്. ഗേറ്റിൽ ഒരു വക്കീലിന്റെ പേരെഴുതിയ ബോർഡ് ഉറപ്പിച്ചിരിക്കുന്നു. പോർച്ചിൽ പഴയൊരു ഫിയറ്റ് കാറും മിക്കപ്പോഴുമുണ്ടാകും. എന്നാൽ അജാനബാഹുവും നല്ല പ്രായം തോന്നിക്കുന്നവനുമായ വക്കീലിനെ ആകെ ഒരു പ്രാവശ്യം മാത്രമാണ് ഞാനാ ബംഗ്ലാവ് മുറ്റത്ത് കണ്ടിട്ടുള്ളത്.

ആകെയൊരു ഭയം ജനിപ്പിക്കുന്ന രൂപം. അതുകൊണ്ടുതന്നെ ഗേറ്റിന് മുന്നിൽക്കൂടി പോകേണ്ടിവരുമ്പോൾ ബംഗ്ലാവിലേക്ക് നോക്കാതിരിക്കാൻ ഞാൻ മന:പൂർവ്വം ശ്രമിച്ചു. മറ്റാരെങ്കിലും ആ ബംഗ്ലാവിനുള്ളിലുള്ളതായി ഒരിക്കൽപ്പോലും എനിക്ക് തോന്നിയില്ല. തീർത്തും വിജനമെന്ന് പറയാവുന്ന ആ പ്രദേശത്ത് അസ്വസ്ഥതയുണ്ടാക്കുന്നൊരു നിഗൂഢതയായി ആ കൂറ്റൻ കെട്ടിടം എന്റെ മനസ്സിൽ തലയുയർത്തി നിന്നു.

എന്തിനും മേലെ, ആ ഗ്രാമത്തിൽ ഞാനെത്തിയപ്പോൾ

മുതൽ എനിക്ക് താങ്ങും തണലുമായി മാറിയ "രുദ്രഷേണായി" യെന്ന വൃദ്ധൻപോലും ആ ബംഗ്ലാവിനെക്കുറിച്ചുള്ള എന്റെ ചോദ്യങ്ങൾക്ക് മറുപടി പറയാൻ വിമുഖത കാണിച്ചു. അതുകൊണ്ടു തന്നെ എന്റെ മുന്നിൽതന്നെയുള്ള ആ ദുരൂഹതകൾ ചൂഴ്ന്നു നിൽക്കുന്ന ബംഗ്ലാവ് കണ്ടില്ലെന്ന് ഞാൻ മന:പ്പൂർവ്വം ഭാവിച്ചു.

പതിവുപോലെ ഒരു ശനിയാഴ്ച വൈകുന്നേരം കൃഷിയിടത്തിൽ നിന്നും ഞാനെന്റെ ഷെഡ്ഡിനരുകിലെത്തി. പിൻവശത്തെ അയയിൽ ഷർട്ടൂരിയിട്ട് തിരിഞ്ഞ എന്റെ നോട്ടം അറിയാതെ ആ ബംഗ്ലാവിനു നേർക്കായി. അവിടെനിന്നു നോക്കിയാൽ കാണാൻ കഴിയുന്നത് മുകൾനില മാത്രമാണ്. ആ വശത്തുള്ള അടഞ്ഞു കിടക്കുന്ന ജനൽ ഗ്ലാസ്സിനുള്ളിൽ ഒരു നിഴലനങ്ങിയോ... അതും ഒരു സ്ത്രീ രൂപം!

ഒരു നിമിഷം എനിക്കങ്ങനെ തോന്നി. ഷെഡ്ഡിനുള്ളിലേക്ക് കടക്കുമ്പോൾ സ്വയം പറഞ്ഞു. തോന്നലല്ല, ഉറപ്പാണത്!

പണിയായുധങ്ങൾക്കിടയിൽ നാലുമരക്കമ്പുകൾ കുത്തി നിർത്തി മേൽപ്പലകവെച്ച് താൽക്കാലികമായുണ്ടാക്കിയെടുത്ത മേശപ്പുറത്ത് അല്പനേരമിരുന്ന ഞാൻ വല്ലാതെ അസ്വസ്ഥനായി. ആ ബംഗ്ലാവിന്റെ മുകൾനിലയിലാരെങ്കിലുമുണ്ടോ... എന്താണ് ഷേണായിപോലും ആ കെട്ടിടത്തെക്കുറിച്ച് മിണ്ടാൻ മടിക്കുന്നത്?

എന്തുതരം രഹസ്യങ്ങളാണ് അവിടെ മറഞ്ഞിരിക്കുന്നത്? ആകാംക്ഷയടക്കാൻ കഴിയാതെ പുറത്തിറങ്ങി പിന്നിൽ ചെന്ന് ഞാനാമുകൾ നിലയിലേക്ക് നോക്കി.

ഒന്നേ നോക്കിയുള്ളു, സ്തംഭിച്ചുപോയി. കൈവരിയിൽ പിടിച്ച് എന്നെത്തന്നെ ഉറ്റുനോക്കി നിൽക്കുന്നൊരു യുവതി. വെളുത്ത നിറമുള്ള വസ്ത്രം ധരിച്ചിരിക്കുന്ന അവളുടെ കണ്ണുകളിൽ നിന്നും പുറപ്പെടുന്നത് എക്സ്റേ രശ്മികളാണെന്ന് തോന്നിച്ചു. ആ നോട്ടത്തിൽ ഉരുകിയൊലിച്ചുപോകുന്നത് പോലെനിക്ക് അനുഭവപ്പെട്ടു.

കഥകളിൽ കാണാറുള്ളതുപോലെ യക്ഷിയെ അനുസ്മരിപ്പിക്കുന്ന രൂപഭാവമായിരുന്നു, ആ സന്ധ്യാനേരത്ത് സൂര്യന്റെ ചെഞ്ചായം വീണു തുടുത്ത അവളിൽ കണ്ടത്. ഞാനടിമുടി വിറച്ചു. തിരിഞ്ഞോടി ഷെഡ്ഡിൽ കടന്നു വീപ്പമേലിരുന്ന് മേശയിൽ മുഖംചായ്ച്ച് സ്വയം ചോദിച്ചു.

യെക്ഷിക്കിത്രയും സൗന്ദര്യമോ?! ആ കാഴ്ച എന്നിൽ സൃ

ഷ്ടിച്ച പ്രചോദനം ചെറുതായിരുന്നില്ല. പെട്ടെന്ന് ആണിയിൽ കൊളുത്തിയിട്ടിരുന്ന തോൾ സഞ്ചിയിൽ നിന്നും കടലാസും പേനയുമെടുത്ത് മേശമേൽവെച്ച് ഞാൻ കഥയെഴുതിത്തുടങ്ങി.

മഞ്ഞുരുകാത്ത മൺകുടിൽ

ഏത് ജന്മത്തിലായിരുന്നു ഇവൾ എനിക്കൊപ്പമുണ്ടായിരുന്നത്? എപ്പോഴാണിവൾ എന്നെ വിട്ടോടിപ്പോയത്?

ഓ...എനിക്കോർമ്മവരുന്നു... അതെ, ജന്മാന്തരങ്ങൾക്കപ്പുറം...

കിരീടവും ചെങ്കോലും സിംഹാസനവുമുണ്ടായിരുന്നപ്പോൾ...

ഞാനെന്ന സാമ്രാജ്യത്തിന്റെ ചക്രവർത്തിയായി ഭരണം നടത്തിയിരുന്ന കാലത്ത്.. അവളെന്റെ ചക്രവർത്തിനിയും ജീവാത്മാവുമായി എന്നിൽ ലയിച്ചുചേർന്നിരുന്നു. പറുദീസയിൽ വെച്ച് ആത്മാവ് പറിച്ചുനൽകിയവനിൽനിന്നെപ്പോഴവളോടിപ്പോയി..? എന്തിനവളെന്നോടിങ്ങനെ ചെയ്തു..? അതറിയില്ല! ജന്മാന്തരങ്ങളുടെ പുകമറക്കുള്ളിലേക്ക് ആഴ്ന്നിറങ്ങാൻ ശ്രമിക്കുമ്പോൾ ചിലതോർമ്മവരുന്നു!

എന്നിൽ നിന്നകന്നുപോയവൾ മലമുകളിലൊരു മൺകുടിലിലായിരുന്നു താമസം. ഞാൻ തിരഞ്ഞെത്തുമ്പോഴേക്കും കഠിന മഞ്ഞിനാൽ ആ മൺകുടിൽ മൂടിപ്പോയിരുന്നു. മഞ്ഞുകണങ്ങൾ വീണുറഞ്ഞ ആ മൺകുടിലിന്റെ മുറ്റത്തുനിന്ന് ഞാനവളെ ഉറക്കെ വിളിച്ചു.

കണ്ഠമിടറിയുള്ള എന്റെയാവിളി അനേക ജന്മങ്ങളിൽ കൂടി കടന്നുപോയിരിക്കാം! അനന്തമായി കാലഘട്ടങ്ങൾ കടന്നുപോയെങ്കിലും മൺകുടിൽ വാതിൽ തുറന്നവൾ പുറത്തുവന്നില്ല.

മലയടിവാരത്തിൽ എന്റെ ഭടൻമാർ നിന്നുറഞ്ഞ് മഞ്ഞുപ്രതിമകളായി ത്തീർന്നിട്ടും ഞാൻ പിൻവാങ്ങിയില്ല. പോകെപ്പോകെ, ആ മഞ്ഞുമുറ്റത്തൊരു സൂര്യകാന്തിച്ചെടി തളിർത്തുവന്നു.

ചുറ്റിലും മറ്റനേകം പച്ചത്തലപ്പുകളും. പതിയെപ്പതിയെ പച്ചത്തലപ്പുകളിലെല്ലാം പൂങ്കുലകൾ വിരിഞ്ഞുലഞ്ഞു. വസന്തകാ

ലത്തിന്റെ വരവറിയിച്ചുകൊണ്ട് അനേകം പക്ഷികൾ പാറിയെത്തി. വർണ്ണചിത്രാംഗിത ശലഭങ്ങൾ പറ്റം പറ്റമായി വന്നണഞ്ഞു. തേൻനുകർന്നവ ആവോളമുല്ലസിച്ചു. അപ്പോഴും സൂര്യകാന്തിയിലെ മൊട്ടുമാത്രം വിടർന്നില്ല. ആ സൂര്യകാന്തി മൊട്ടു വിടരുമ്പോൾ മൺകുടിലിന്റെ വാതിൽ തുറന്നവൾ പുറത്തുവരുമെന്ന് ഞാനുറച്ചു വിശ്വസിച്ചു.

കാലഘട്ടങ്ങളങ്ങനെ എത്ര നീണ്ടിരിക്കാം... അടിവാരത്തിലെ എന്റെ ഭടൻമാരിപ്പോൾ കരിങ്കൽ രൂപങ്ങളായി മാറിയിട്ടുണ്ടാകുമോ...?

സൂര്യകാന്തി മൊട്ടു വിടരും... ശലഭങ്ങളെന്നെ ആശ്വസിപ്പിച്ചു! ഇതൊരു നല്ല വസന്തകാലമാണ് ... അവൾ വാതിൽ തുറക്കും... ചെമ്പക ചില്ലയിലിരുന്ന് പൂങ്കുയിൽ പാടിപ്പറഞ്ഞു! പ്രതീക്ഷയോടെ സൂര്യകാന്തിമൊട്ട് വിടരുന്നതും കാത്ത് താപസനായി ഞാൻ നിന്നു.

അവൾക്കായുള്ള എന്റെ കാത്തുനിൽപ്പ് ഒരു പകൽകിനാവ് പോലെ ചിലപ്പോൾ ഹൃസ്വവും മറ്റുചിലപ്പോൾ ഒരു ദീർഘയാത്രപോലെ അനന്തമായും അനുഭവപ്പെട്ടു. ഇളം മഞ്ഞുപെയ്യുന്ന

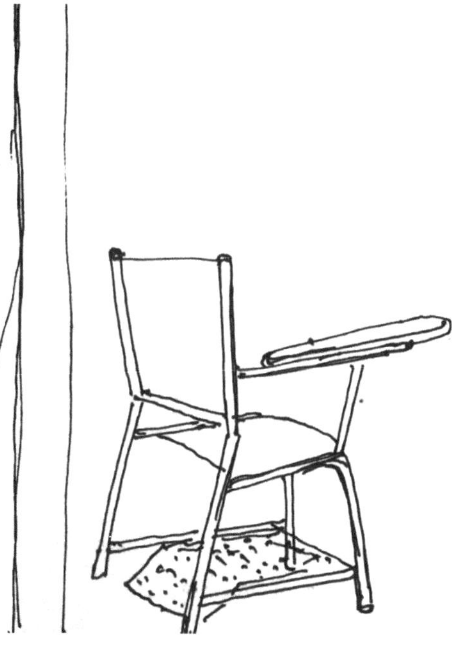

പ്രഭാതങ്ങളും കൊടും വെയിലുള്ള മദ്ധ്യാഹ്നങ്ങളും പോക്കുവെയിൽ ചിത്രം വരയ്ക്കുന്ന സന്ധ്യകളും കൂരിരുൾ നിറഞ്ഞ പാതിരാത്രികളുമെല്ലാം എന്നെ തഴുകിക്കടന്നു പൊയ്ക്കൊണ്ടിരുന്നു.

കാലവും ദേശവും ഭാഷയും രൂപവുമെല്ലാം മാറി മറിയുന്നത് തെല്ലും ഞാനറിയുന്നുണ്ടായിരുന്നില്ല. അവളില്ലാതെയെന്റെ ആത്മാവിനു പൂർണത ലഭിക്കില്ലയെന്ന വേദനമാത്രം എല്ലായെപ്പോഴും എന്നെ പുണർന്നുനിന്നു.

ഈ നീണ്ട തപസ്സിൽ എത്രജന്മങ്ങൾ കടന്നുപോയിട്ടുണ്ടാകാം? ഇതൊരു "നല്ല വസന്തകാല"മാണെന്ന് പാടി പറഞ്ഞുകൊണ്ടിരുന്ന പൂങ്കുയിലിന്റെ ശബ്ദം ഇപ്പോൾ കേൾക്കാനില്ല. എന്നെ ആശ്വസിപ്പിച്ചുകൊണ്ടിരുന്ന ശലഭങ്ങളുടെ അഭൗമസൗന്ദര്യവും എന്റെ ജഢനയനങ്ങൾക്കിപ്പോൾ അനുഭവേദ്യമാകുന്നില്ല. നീലക്കിളികളുടെ ചിറകടി ശബ്ദം എന്നേ കർണ്ണങ്ങൾക്ക് അന്യമായിത്തീർന്നിരിക്കുന്നു. എന്തിനും മേലെ ശൂന്യത മാത്രം. അതിൽ ഞാനെന്ന സത്യം ലയിച്ചു ചേർന്ന് കഴിഞ്ഞു. എങ്ങും കനത്ത നിശബ്ദത മാത്രം.

കടലാസും പേനയും മേശമേൽ വെച്ച് പുൽപായയിൽ ഞാൻ തളർന്നുകിടന്നു.

കഴുകൻ

ആ കിടപ്പിലോർത്തത് ആ ഗ്രാമത്തിൽ ഞാൻ വന്നുപെട്ട സന്ധ്യയും തുടർന്നുള്ള പ്രഭാതത്തെക്കുറിച്ചുമായിരുന്നു. ദാഹിച്ചു തൊണ്ടവരളുന്നു.

അല്പം വെള്ളം കിട്ടിയിരുന്നെങ്കിൽ! വല്ലാതെ കൊതിച്ചുപോയി.

പുറത്തെ പാദചലനം എന്റെ കണ്ണുകൾ തുറപ്പിച്ചു. എനിക്കരുകിൽ നിന്നും കുറച്ചുമുൻപ് പോയ വൃദ്ധരൂപമായിരുന്നു വന്നത്.

കയ്യിലൊരു സ്റ്റീൽമൊന്തയും ഗ്ലാസുമായി അയാൾ എനിക്കരുകിലിരുന്നു. ഗ്ലാസിലേക്ക് കട്ടൻചായ പകർന്ന് ചുഴറ്റി തണുപ്പിച്ച് എനിക്കു നീട്ടി. വാങ്ങാൻ ശ്രമിച്ചെങ്കിലും എന്റെ കയ്യിൽ നിന്നും ഗ്ലാസ് വഴുതിപ്പോകുമെന്ന് കണ്ടപ്പോൾ ചേർന്നിരുന്ന് എന്റെ ശിരസുയർത്തി അയാൾ മടിയിൽ വെച്ചു. ഗ്ലാസ് ചുണ്ടോട് ചേർത്തു തന്നു.

ഏതാനും കവിൾ കുടിച്ചപ്പോഴുണ്ടായ അനിർവചനീയമായ ആശ്വാസത്തിൽ ശ്രമപ്പെട്ടെഴുന്നേറ്റ് തൂണിൽ ചാരിയിരുന്ന് ഗ്ലാസ് കയ്യിൽവാങ്ങി. സ്വയമത് കുടിച്ചുകൊണ്ടിരിക്കുമ്പോൾ ഒരു കൗതുകത്തോടെ അയാൾ ചോദ്യമാവർത്തിച്ചു.

എവിടെപ്പോകാൻ വന്നൂ... എവിടെ നിന്നും വരുന്നു കുഞ്ഞേ...?

എന്തുപറയണമെന്ന് നിശ്ചയമുണ്ടായില്ല. ഒന്നും പറയാനുള്ള ത്രാണി അപ്പോഴും കൈവരിച്ചിരുന്നില്ല. പക്ഷെ, ആപത്തിൽ സഹായിച്ചയാൾക്ക് നന്ദിപൂർവ്വം മറുപടിയെങ്കിലും കൊടുത്തേതീരൂ!

തോൾസഞ്ചി തുറന്ന് കുറച്ചു കടലാസുകളെടുത്ത് ആ മനുഷ്യനുമുന്നിലേക്ക് വെച്ചു. ഒന്നും മനസിലാകാതെ ആ കടലാസുകളിലേക്കും എന്നെയും അയാൾ മാറി മാറി നോക്കി. പിന്നെ ഉടു

മുണ്ടിന്റെ തലക്കൽ നിന്നും കണ്ണടയെടുത്തുവെച്ച് ആ കടലാസുകൾ കയ്യിലെടുത്ത് വായിച്ചുതുടങ്ങി.

ഇലനിഴലുകൾ തണൽതീർത്ത ആൽമരച്ചുവട്ടിലിരുന്ന് ആ വയോധികൻ നെറ്റിയിൽ കൈ ചേർത്തുവെച്ച് ആകാശത്തേക്ക് നോക്കി. അകലെ നിന്നും പറന്നടുക്കുന്ന "കഴുകനെ" കണ്ടപ്പോൾ ആ മുഖത്ത് പ്രതീക്ഷയുടെ നേർരേഖ തെളിഞ്ഞു. ഒടുവിലവൻ വന്നു... ആ ചുണ്ടുകൾ മന്ത്രിച്ചു. പ്രകടമായ ആർത്തിയോടെ കഴുകൻ വൃദ്ധനെ സമീപിച്ചു. ഇനിയും സമയമായിട്ടില്ലെന്ന് സംശയിക്കുമ്പോലെ തലക്കുമുകളിൽ ചുറ്റിപ്പറന്നു.

തന്റെ മുന്നിലിരിക്കുന്ന ഭാണ്ഡമഴിച്ചയാൾ വാർദ്ധക്യത്തിന്റെ എല്ലാ അവശതകളും കഴുകനുമുന്നിൽ സമർപ്പിച്ചു.

ഇതുപോരെന്ന ഭാവത്തിൽ ശിരസുകുടഞ്ഞ കഴുകൻ വീണ്ടും ചുറ്റിപ്പറന്നു. നിരാശയോടെയെങ്കിലും യവ്വനവുമയാൾ സമർപ്പിച്ചു. അപ്പോഴും കഴുകനിൽ തൃപ്തി കണ്ടില്ല. വേദനയോടെ കൗമാരവും കഴുകനു നൽകി. എന്നിട്ടും കഴുകൻ അനുനയിച്ചില്ല. നിസ്സംഗനായി ബാല്യത്തിന്റെ തിരുശേഷിപ്പുകൾകൂടി കഴുകന്റെ മുന്നിൽ സമർപ്പിച്ച വൃദ്ധൻ സ്വയം തിരിച്ചറിയാൻ കഴി

യാത്ത ശൈശവം മാത്രം കയ്യിലെടുത്ത് കാരണവൻമാർക്കായി ഉഴിഞ്ഞെറിഞ്ഞു. പിന്നെ, അനിവാര്യ വിധി സ്വീകരിക്കാനായി അഴിച്ചു നിവർത്തിയിട്ടിരിക്കുന്ന ഭാണ്ഡത്തിനു നടുവിൽ ശിരസ് കുനിച്ചാവൃദ്ധനിരുന്നു. കഴുകന്റെ കണ്ണുകൾ തിളങ്ങി, അവൻ ചുണ്ടുകൾ നക്കിത്തുടച്ചു.

ആ നിമിഷങ്ങളിൽ അയാൾ ജീവിതത്തിലേക്കൊന്ന് തിരിഞ്ഞു നോക്കി. അകാലത്തിൽ വേർപിരിഞ്ഞ ഭാര്യയെയും അകലെയെങ്ങോ പോയ്മറഞ്ഞ മകനെയുമയാളോർത്തു. പരാധീനതയുടെ പരിമിതികൾക്കുള്ളിൽ നിന്ന് വൃദ്ധപിതാവിനെ പരിചരിക്കാനുള്ള മകളുടെ നിസ്സഹായത അയാൾ തിരിച്ചറിഞ്ഞു. അങ്ങനെ ജീവിതത്തെയാകെ ചികഞ്ഞുനോക്കിയുള്ള ആയിരിപ്പ് ആ വൃദ്ധന്റെ ജീവന് അൽപ്പം ശക്തിപകർന്നുവോ...?

നേരമേറെകഴിഞ്ഞിട്ടും കഴുകന്റെ ആക്രമണമുണ്ടാകാതെ വന്നപ്പോഴയാൾ ശിരസുയർത്തി നോക്കി. തന്റെ തലയ്ക്കു മുകളിലിപ്പോൾ കഴുകനില്ലെന്ന് തിരിച്ചറിഞ്ഞ അയാളൊന്ന് ഞെട്ടി. നിരാശനായി ഏറെ നേരമായിരിപ്പ് തുടർന്നു. ഭൂമി ഇരുളിനാൽ ഘനം വെച്ചുതുടങ്ങിയിരിക്കുന്നു. സാവധാനമെഴുന്നേറ്റയാൾ ഭാണ്ഡം മുറുക്കിതോളിലിട്ടു. ഊന്നുവടികയ്യിലെടുത്തു. ചലിക്കാൻമടിക്കുന്ന കാലുകൾക്ക് ആയാസപ്പെട്ട് ബലം കൊടുത്ത് ഏതാനുംചുവട് മുന്നോട്ട് നീങ്ങി വേച്ച് നിലത്ത് കമിഴ്ന്നുവീണുപോയി.

ഏയ്, കഴുകാ.. നീയുമെന്നെ ഉപേക്ഷിച്ചുപോയോ..?

ആകാവുന്നത്ര ഉറക്കെ ആവൃദ്ധൻനിലവിളിച്ചു. കുറെ ദൂരമെത്തിയിരുന്നെങ്കിലും ആ നിസ്സഹായന്റെ നിലവിളി കഴുകൻകാതുകളിൽ പതിഞ്ഞു. കഴുകന്റെ മനമലിഞ്ഞു. അമിതാവേശത്തിൽ തിരികെപ്പറന്നുവന്ന അവൻ വീണുകിടന്നവൃദ്ധനെ ആഞ്ഞാഞ്ഞു കൊത്തി. വേദനകൊണ്ട് പുളയുന്നതിനിടയിലും രക്ഷപ്പെടലിന്റെ സുഖംതിരിച്ചറിഞ്ഞ് വൃദ്ധൻ കഴുകന് നന്ദി പറഞ്ഞുകൊണ്ടിരുന്നു. പിടഞ്ഞമർന്ന് നിശ്ചലമായ ആ ശരീരം തന്റെഅനുചരന്മാർക്കായി ബാക്കിയിട്ട് ചോരച്ചുണ്ടുകളുമായി തിരിഞ്ഞുപറക്കുമ്പോൾ മറ്റനേക വൃദ്ധരോദനങ്ങൾ കഴുകന്റെ കർണ്ണങ്ങളിൽ മറ്റൊലിക്കൊള്ളുകയായിരുന്നു. ഞാനെഴുതിയൊരുകഥ ആ പുലർച്ചയിൽ മറ്റൊരാളാൽ വായിച്ചുകേട്ടപ്പേൾ എന്റെ കണ്ണുകൾ നിറഞ്ഞൊഴുകിയെങ്കിലും പുതിയൊരു ഊർജ്ജം കൈവന്നതായി എനിക്ക് അനുഭവപ്പെട്ടു.

കഥവായിച്ചുതീർന്ന് വിറക്കുന്ന കയ്യിൽ ആ കടലാസ് മുറുകെ പ്പിടിച്ചുകൊണ്ട് എന്റെ മുന്നിലിരുന്ന വൃദ്ധൻ വിലപിച്ചു.

ഇതെന്റെ കഥയാണ് കുഞ്ഞേ... കഥയല്ല, എന്റെ ജീവിതം തന്നെയാണിത്... ഇനി കഴുകൻ കൂടി വന്നെത്തിയാൽമതീ...! അങ്ങനെ പറഞ്ഞ അയാൾ കഥയിലേത് പോലെതന്നെ കൈ നെറ്റിയിൽ വെച്ച് ആകാശത്തേക്ക് നോക്കി നിശ്ചലമിരുന്നു.

പ്രണയാന്ത്യം

ശനി, ഞായർ ദിവസങ്ങൾ എനിയ്ക്ക് പ്രതീക്ഷയും ഹരവുമായിമാറിക്കൊണ്ടിരുന്നു. കർക്കശക്കാരനായ തോട്ടമുടമ എന്നോടൊരൽപ്പം കനിവ് കാട്ടുന്നുണ്ടിപ്പോൾ. അതിനും കാരണക്കാരൻ രുദ്രഷേണായിയെന്ന ആ വൃദ്ധനാണ്.

ഞാനാഗ്രാമത്തിലെത്തിയതിന്റെ കാരണവും ലക്ഷ്യവുമെല്ലാം തോട്ടമുടമയെ പറഞ്ഞുബോധ്യപ്പെടുത്തി ആഴ്ചയിൽ രണ്ടുദിവസങ്ങളിലെങ്കിലും കുറച്ചുനേരത്തേയെനിക്ക് ജോലിയവസാനിപ്പിക്കാൻ അനുമതിതേടി പാവം ഷേണായി പലതവണ തോട്ടമുടമയുടെ വീട്ടുപടിക്കൽ കയറിയിറങ്ങിയത് ഞാൻപോലുമറിയാതെയായിരുന്നുവെന്നത്, “കഴുകൻ“ ആ വൃദ്ധ

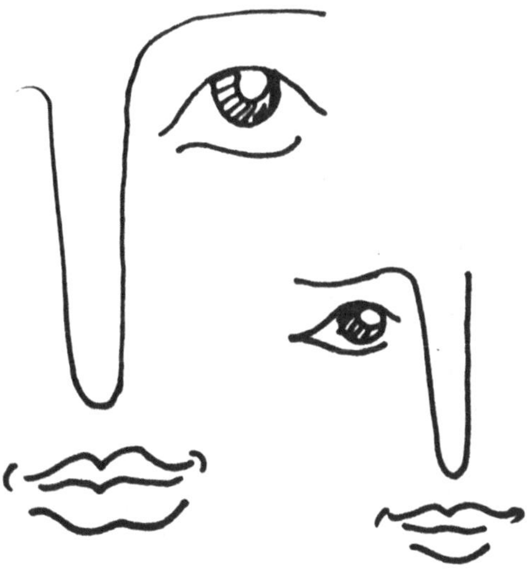

നെ അത്രയേറെ സ്വാധീനിച്ചത്കൊണ്ടാണെന്ന് പിന്നീട് പലതവണ ഷേണായിതന്നെ എന്നോട് പറഞ്ഞിട്ടുണ്ട്. ഞാനെഴുതണമെന്ന വാശി എന്നേക്കാൾ കൂടുതൽ ഷേണായിക്കുള്ളതുപോലെ എനിക്കനുഭവപ്പെട്ടു. അതിനുണ്ടായ ഫലമാണ് രണ്ടു ദിവസങ്ങളിൽ ഉച്ചവരെ മാത്രം ജോലിചെയ്താൽമതിയെന്ന അനുമതി. ഒരു ഞായറാഴ്ച ഉച്ചക്ക് ഞാൻ ഷെഡ്ഡിലേക്കു വരുമ്പോൾ ഷേണായിയും ഒപ്പം കൂടി.

കപ്പയും കട്ടൻചായയും ഞാനുണ്ടാക്കാം... കുഞ്ഞ് കഥയെഴുത്..! അതുപറഞ്ഞു ചെറിയ കലവുമെടുത്ത് അയാൾ കിണറിനരികിലേക്ക് പോയി. ആവേശം തരാൻ ഒരാൾ അടുത്തുള്ളപ്പോൾ ഞാനെന്തിന് താമസിപ്പിക്കണം.? കടലാസും പേനയുമെടുത്ത് അപ്പോൾ തന്നെ എഴുതിത്തുടങ്ങി.

പുതിയ പുഷ്പം തേടിയുള്ള യാത്രയിൽ കരിവണ്ട് തന്റെ പഴയകാമുകി പൂവിനെ കണ്ടുമുട്ടി. മോഹനവാഗ്ദാനങ്ങൾ നൽകി തന്നിലെ "മധു" ആവോളം നുകർന്ന് കടന്നുകളഞ്ഞ വണ്ടത്താനോടവൾ കയർത്തു. തനിക്കുവാഗ്ദാനം ചെയ്തജീവിതം നൽകണമെന്നവൾ അവനോടാവശ്യപ്പെട്ടു. പരിഹസിച്ചുകൊണ്ടവൻ പറഞ്ഞു.

ഞാൻ മധുനുകരുന്ന അനേകം പുഷ്പ്പങ്ങളിലൊന്ന് മാത്രമാണ് നീ... നിനക്കായി മാത്രം ഒരു ജീവിതം തരാനെനിക്ക് കഴിയില്ല!

എങ്കിൽ ഇനിയൊരിക്കലും നീയെന്നെ സമീപിച്ചുകൂടാ.. അവൾ തീർത്തു പറഞ്ഞു.

നീയൊരു പുഷ്പ്പമാണെങ്കിൽ നീയും എനിക്കുള്ളത് തന്നെയാണ്! അവൻ തന്റെ നിലപാട് കടുപ്പിച്ചു.

പൂവിന് കഠിനമായി ദേഷ്യം വന്നു. അവളാകെ ഉലഞ്ഞുവിറച്ചു. ഏയ്, ദുഷ്ടാ.. എന്നിൽനിന്നും കവർന്ന തേൻ മടക്കിനൽകി നീയെന്റെമുന്നിൽനിന്നും കടന്ന് പോകൂ...!

അവൾ ആക്രോശിച്ചു. ആ ആജ്ഞയിൽ കരിവണ്ടൊന്നു പകച്ചു. പെട്ടന്നവൻ തന്റെ ചിറകിനടിയിൽ സൂക്ഷിച്ചിരുന്നൊരു "തേൻചെപ്പ്" എടുത്തവൾക്ക് മുന്നിലേക്കിട്ടു. പിന്നെ, ഇനിയും മടക്കിനൽകേണ്ടിവരാവുന്ന തേൻചെപ്പുകളുടെ എണ്ണംകണക്കാക്കാൻ ശ്രമിച്ചുകൊണ്ട് മൂളിപ്പാട്ടുമായി പറന്നകന്നു. വണ്ടത്താന്റെ ആ പ്രവർത്തിയിൽ ഞെട്ടി ആ തിരിച്ചെടുക്കാൻകഴിയാത്ത ചെപ്പിലേക്ക് നോക്കി മിഴിവാർത്ത് നിശ്ചലം നിൽക്കു

മ്പോൾ ആ വഴിവന്ന കുളിർതെന്നൽ അവളെ തഴുകി ആശ്വസിപ്പിച്ചു.

കരയരുത്, തളരരുത് നീ... കരിവണ്ടെങ്കിലും നല്ലമനസ്സുള്ള ഒരുവൻ നിന്നെ തിരഞ്ഞുവരും.. കാത്തിരിക്കുക..!

പേനയും കടലാസും വെച്ച് പുല്ലായയിൽ വെറുതെ മുകളിലേക്ക് നോക്കിക്കിടക്കുമ്പോൾ ഷേണായിവന്ന് ആ കടലാസെടുത്ത് എനിക്കരുകിലിരുന്ന് വായിച്ചുതുടങ്ങി. വായിച്ചു കേട്ടപ്പോൾ, ഞാനെന്താണ് എഴുവെച്ചിരിക്കുന്നതെന്നോർത്ത് അത്ഭുതം തോന്നി. ഇതിൽകൂടി എന്താണ് ഞാൻ നൽകുന്ന സന്ദേശമെന്ന് ആലോചിച്ചു കിടക്കുമ്പോൾ ഷേണായി എനിക്കരികിലിരുന്ന് കുലുങ്ങിച്ചിരിക്കുകയായിരുന്നു. അയാൾ ചിരിക്കുന്നത് എന്തിനെന്നന്വേഷിക്കാതെ ഞാനെഴുന്നേറ്റ് അടുക്കളയിലേക്ക് പോയി.

ഒറ്റമരത്തിലെ ഒട്ടവിലത്തെ കായ

കൃഷിയിടത്തിൽ പണിയെടുത്തു നിൽക്കുമ്പോൾ ഷേണായി വന്നു.

കുഞ്ഞേ, ഇന്ന് ശമ്പളദിവസമല്ലേ... അൻപതു രൂപ തരാമോ?

ഞാനതിനു മറുപടി പറഞ്ഞില്ല. അദ്ദേഹത്തോട് മറുപടി പറയാൻ എനിക്കാകുമായിരുന്നില്ല. സത്യത്തിൽ ആ ചോദ്യം എന്നിൽ വല്ലാത്തൊരു വേദനയാണുണ്ടാക്കിയത്. ഈ ഗ്രാമത്തിൽ കാലുകുത്തിയനിമിഷം മുതൽ എന്റെ രക്ഷകർത്താവും സുഹൃത്തും എല്ലാം ഷേണായി മാത്രമാണ്. എന്റെ കൈവശമുള്ളതൊന്നും ചോദിച്ചെടുക്കേണ്ട ആളല്ല ആ വൃദ്ധൻ.

വീണ്ടും ഞാൻ തിരിഞ്ഞുനിന്ന് പണി തുടർന്നത് നിറഞ്ഞു തുടങ്ങിയ എന്റെ കണ്ണുകൾ അയാൾ കാണാതിരിക്കാൻവേണ്ടിയായിരുന്നു.

എന്റെ മറുപടി കിട്ടാതായപ്പോൾ അയാൾ തിരിഞ്ഞ് ഏന്തിയേന്തി പൊളിഞ്ഞുവീഴാറായ തന്റെ കുടിലിലേക്ക് നടന്നു.

അന്നു വൈകിട്ടുതന്നെ കിട്ടിയശമ്പളവുമായി ഞാൻ ടൗണിലേക്ക് പോയി. വൃദ്ധന് രണ്ടു ജോഡി വസ്ത്രങ്ങളും മറ്റത്യാവശ്യ സാധനങ്ങളും വാങ്ങി മടങ്ങിയ ഞാൻ കുടിലിലെത്തി മിച്ചമുണ്ടായിരുന്ന രൂപകൂടി അദ്ദേഹത്തിന്റെ കാല്ക്കൽ വെച്ചു. അത്ഭുതപ്പെട്ടുനിന്ന അദ്ദേഹം എന്തെങ്കിലും പറഞ്ഞു തുടങ്ങും മുൻപ് പുറത്തിറങ്ങി ഞാൻ ഷെഡ്ഡിലേക്ക് നടന്നു. ഇലക്ട്രിക് പോസ്റ്റിനു ചുവട്ടിൽ തളർന്നുവീണയെന്നെ ഒറ്റക്ക് ചുമന്നുകൊണ്ടുവന്നു പരിചരിച്ചതും ആ ചെറുകുടിലിൽ അഭയം തന്നതും ജോലി ശരിയാക്കിത്തന്നതും ഇപ്പോഴും ആവശ്യമായ സഹായങ്ങൾ ചെയ്തു തരുന്നതുമെല്ലാം ഈ മനുഷ്യനാണ്.

ഞാനീചെയ്തത് കൊണ്ട് അയാൾക്കുള്ള നന്ദിയാകുമോ...

ഒരിക്കലുമില്ല! എന്റെ മനസ്സ് മന്ത്രിച്ചു. ഷെഡ്ഡിൽ കടന്നഞാ

ൻ ആ രാത്രിയിൽ കടലാസും പേനയുമെടുത്ത് കഥയെഴുതിത്തുടങ്ങി.

ഉണ്ണികൃഷ്ണൻ പരീക്ഷ ജയിച്ചു. ഇനി പത്താം ക്ലാസ്സിലേക്കാണ്. സ്കൂളിൽ നിന്നും ഫലമറിഞ്ഞുവന്ന അവൻ "ഒറ്റമരം" നിന്നിരുന്ന സ്ഥലത്തേക്ക് ചെന്നു. അവിടമിപ്പോൾ മായേച്ചിയുടെ അസ്ഥിത്തറയാണ്. പറമ്പിൽ ചെറുകാവും ധാരാളം മരങ്ങളുമൊക്കെയുണ്ടെങ്കിലും അതിൽ നിന്നെല്ലാമകന്ന് തനിച്ചു നിന്നിരുന്നതിനാലാകണം അതിന് "ഒറ്റമരമെന്ന്" പേര് വീണത്. ചുവപ്പു നിറവും കട്ടിത്തോടും ചക്കക്കുരുവോളം വലിപ്പവുമുള്ള ധാരാളം കായകൾ മിക്കപ്പോഴുമതിൽകാണാം. അത് വിഷക്കായകളാണെന്ന് മായേച്ചി പറയുമ്പോൾ ചിരിക്കാനാണ് ഉണ്ണിക്ക് തോന്നിയിട്ടുള്ളത്. ഇത്രയും ഭംഗിയുള്ള വിഷക്കായ്കളോ? ഇതെങ്ങനെ വിഷക്കായയാകുമെന്നതായിരുന്നു അവന്റെ അത്ഭുതം. ഏതായാലും, ഒറ്റമരച്ചുവട്ടിൽ കളിക്കാൻ പോകാൻ മായേച്ചിമാത്രമല്ല, അമ്മയും അനുവദിച്ചിരുന്നില്ല. അസ്ഥിത്തറക്കരുകിൽ നിശ്ചലനായ ഉണ്ണികൃഷ്ണന്റെ മിഴികളിൽ മൂടപ്പെട്ട കണ്ണുനീർ തുള്ളികളിൽ നിഴൽ ചിത്രങ്ങൾ തീർത്തത് ചലിക്കുന്ന ഭൂതകാലമായിരുന്നു.

ഒന്ന്... രണ്ട്... മൂന്ന്... അമ്മയും മായേച്ചിയും കാണാതെ ശേഖരിച്ച് സൂക്ഷിച്ചിരുന്ന ഒറ്റമരത്തിന്റെ കായകൾ പറമ്പിലെ തെങ്ങിൻചുവട്ടിലിരുന്ന് അവൻ എണ്ണിക്കളിച്ചുതുടങ്ങി. പിന്നിൽകൂടിപതുങ്ങിവന്ന മായേച്ചി അവനെകയ്യോടെ പിടികൂടി. ഭ്ഭ..! അസത്തെ.. വിഷക്കായകൊണ്ടാ നിന്റെ കളി..? കായകൾ തട്ടിത്തെറിപ്പിച്ച് മായ ഉണ്ണിയുടെ ചെവിപിടിച്ചുതിരുമി. അവൻ കരഞ്ഞുകൊണ്ടെഴുന്നേറ്റോടി അമ്മയെ അഭയംപ്രാപിച്ചു. അമ്മേ.. മായേച്ചിയെന്നേ...

വാക്കുകൾ പൂർത്തിയാക്കാൻ കഴിയാതെ അവൻ നിന്നുവിതുമ്പി. യ്യോ.. അവളെന്താ, "ന്റെ" മോനെ തല്ലിയോ...? അമ്മയവനെ ചേർത്തുപിടിച്ചു. "ഒറ്റക്കായ" വെച്ചുകളിച്ചേനാ... ഉണ്ണി ഗദ്ഗതപ്പെട്ടു. മോനെന്തിനാ ഒറ്റക്കായ പെറുക്കാൻ പോയെ... ങാ, സാരമില്ല അവളിങ്ങുവരട്ടെ.. ആവശ്യത്തിന് കൊടുക്കുന്നുണ്ട് ഞാൻ! അമ്മയവനെ സാന്ത്വനിപ്പിച്ചു. അമ്മയുടെ ഉഗ്രപ്രതിജ്ഞ അവന് സമാധാനമേകി. മായേച്ചിയോടുപിണങ്ങി ഉണ്ണി കുളപ്പടവിൽ പോയിരുന്നു. പിന്നിൽ പാദസരത്തിന്റെ കിലുക്കം. മായേച്ചിയാണെന്നറിയാവുന്നത് കൊണ്ടവൻ തിരിഞ്ഞു നോ

ക്കിയില്ല. ഉണ്ണീ വാ.. പുളിങ്കുരു തരാം...മോനിതുവെച്ചുകളിച്ചോ..!

ഉണ്ണി കൈനീട്ടിയില്ല. മായ അവന്റെ കൈകൾ ബലമായിപ്പിടിച്ചു പുളിങ്കുരു നിറച്ചുകൊടുത്തു. ഹായ്, ഇഷ്ടം പോലെ...! അവന്റെ മുഖം തെളിഞ്ഞു. തീപ്പെട്ടിക്കൂടുകൾകൊണ്ട് ശിവൻമാമനുണ്ടാക്കിത്തന്ന വലിയ തീവണ്ടി നിറക്കാനുള്ളത്രയും പുളിങ്കുരുവുണ്ട്. ഉണ്ണിയെഴുന്നേറ്റ് വീടിനുള്ളിലേക്കോടി. തീവണ്ടിയിൽ കുരു നിറച്ച് പൂമുഖത്തിരുന്നവൻ കളിച്ചുകൊണ്ടിരിക്കുമ്പോൾ അകത്തുനിന്നും അമ്മയുടെ ശബ്ദമുയർന്നുകേട്ടു. നീയീകോടാലിയുമായി എവിടെപ്പോകുന്നു പെണ്ണേ..? ഞാനാ ഒറ്റമരം മുറിക്കാൻപോകുവാണമ്മേ... ഉണ്ണി വിഷക്കായകൾപൊട്ടിച്ചാകളി... അബദ്ധത്തിലെങ്ങാനും...

അമ്മ ഉറക്കെ ചിരിച്ചു. നീയാക്കോടാലി അവിടെക്കൊണ്ട് വെക്ക്.. അച്ഛൻ ലീവിന് വരുമ്പോ നമുക്കിത് മുറിപ്പിക്കാം! ഒരു

വലിയ മരം ഒറ്റക്കുമുറിച്ചുകളയാമെന്ന് മായേച്ചിയുടെ ബാലിശമായ ചിന്തയോർത്തായിരിക്കണം അമ്മ ചിരിച്ചത്. പക്ഷെ, പിന്നീട് മിക്കപ്പോഴും ഒരു വലിയ തോട്ടിയുമായി മായേച്ചിയെ ആ മരത്തിന് ചുവട്ടിൽ കാണപ്പെട്ടു. അതിലെ ഒരു പൂവും കായയാകാൻ അനുവദിക്കാതെ എല്ലാം തല്ലിക്കൊഴിച്ചുകളഞ്ഞു. ഒരു ദിവസം യാദൃശ്ചികമായി ഉണ്ണിയത് കണ്ടുപിടിച്ചു. ഒരു ശിഖരത്തിൽ ഇലകളാൽമറഞ്ഞ് ഒരുകായ സുരക്ഷിതമാണ്. ആ ഒരെണ്ണം മായേച്ചി കണ്ടുപിടിക്കാതിരുന്നതിൽ ഒരു പ്രതികാരമെന്നപോലെയവൻ ഗൂഢമായി സന്തോഷിച്ചു. അത് ഉണ്ണി ആറാം ക്ലാസ് പരീക്ഷ കഴിഞ്ഞു നിൽക്കുന്ന സമയമായിരുന്നു. മായേച്ചി ഒൻപതാം ക്ലാസ്സിലെയും.

ഫലം വന്നപ്പോൾ അവൻ ജയിച്ചെങ്കിലും മായേച്ചി തോറ്റുപോയി. മായേച്ചിയുടെ കൂട്ടുകാർക്കൊപ്പം ഉണ്ണിയും മായേച്ചിയെ കളിയാക്കി.

നിരാശയും സങ്കടവുമൊക്കെ വരുമ്പോൾ അവൻ ചെയ്യാറുള്ളത് പോലെ മായേച്ചിയും കുളപ്പടവിൽ പോയി ഏറെനേരമിരുന്നു. അന്നുച്ചക്ക് ഒറ്റമരത്തിലെ ഒടുവിലത്തെ കായ കാണാതെവന്നപ്പോൾ മായേച്ചി അതും കണ്ടെത്തി കൊഴിച്ചു കളഞ്ഞല്ലോയെന്നോർത്ത് ഉണ്ണിയൊരുപാട് സങ്കടപ്പെട്ടു. പ്രതികാരദാഹമസഹ്യമായപ്പോഴവൻ മായേച്ചി ഓമനിച്ചു വളർത്തിയിരുന്ന പുള്ളിക്കോഴിയെയും കുഞ്ഞുങ്ങളെയും കൂടു തുറന്ന് പുറത്തു വിട്ടു. അവറ്റകൾ ചിക്കിച്ചിനച്ച് നാലുപാടും ചിതറിയോടിയപ്പോൾ ആത്മസംതൃപ്തിയോടെ ഉണ്ണി ആറ്റിറമ്പിലേക്ക് നടന്നു. അന്നു വൈകുവോളം പറമ്പിലാകെ അലഞ്ഞു തിരിഞ്ഞ് മടങ്ങിയെത്തുമ്പോൾ വീട്ടിലെ ആൾക്കൂട്ടം എന്തിനെന്ന് മനസ്സിലാക്കാൻ കഴിയാതെ ഉണ്ണി പകച്ചുനിന്നു. കത്തി നിൽക്കുന്ന നിലവിളക്കിനു സമീപം വെള്ളപുതച്ച് ഉറങ്ങിക്കിടക്കുന്ന മായേച്ചിക്കരുകിൽ അവനെയും ചേർത്തുപിടിച്ച് അമ്മ നിലവിളിച്ചു. ഇത്രയും ആൾക്കൂട്ടമുണ്ടായിട്ടും കരഞ്ഞുകൊണ്ടമ്മ കുലുക്കിവിളിച്ചിട്ടും മായേച്ചി ഉണരാത്തതെന്തെന്നായിരുന്നു ഉണ്ണിക്കത്ഭുതം. പിന്നീടൊരിക്കലുമവൻ മായേച്ചിയെ കണ്ടിട്ടില്ല. ഒറ്റമരത്തിന്റെ വർണ്ണാഭമായ പൂക്കളും കായകളും കാണാൻ പിന്നീട് ആ മരവും അവിടെ ഉണ്ടായിരുന്നില്ല. എല്ലാം ഒരു പകൽകിനാവ് പോലെ കടന്നുപോയി.

ഓർമ്മകളുടെ അന്ത്യത്തിൽ, ഉണ്ണിയുടെ കണ്ണുനീർ മായേ

ച്ചിയുടെ അസ്ഥിത്തറക്ക്മേൽ പതിച്ചപ്പോൾ കണ്ണുകൾ തുടച്ച് അവൻ പതിയെ തിരിഞ്ഞു നടന്നു. ഒരിക്കൽ മായേച്ചിയും പോകേണ്ടിയിരുന്ന പത്താം ക്ലാസ്സിലേക്കുള്ള പുസ്തകങ്ങളുമെടുത്ത് സ്കൂളിലേക്ക് പുറപ്പെടാനായി.

ചേന വേവാത്ത കലം

ഓരോ കഥയെഴുതിക്കഴിയുമ്പോഴും എന്റെ മനസ്സിനു ഭാരം വർദ്ധിക്കുന്നതുപോലെയാണ് അനുഭവപ്പെടുന്നത്. കഥകളുടെ വേറിട്ടവഴികൾ തിരയുന്ന മനസ്സും കഥാപാത്രങ്ങളുടെ അവസാനിക്കാത്ത നിരയും എന്നെ വല്ലാതെ ശ്വാസംമുട്ടിക്കുമ്പോൾ ഒന്നുമെഴുതാൻ കഴിയാതെ പേന കടിച്ചുകുടഞ്ഞു നിരാശനായി പലപ്പോഴും ഞാൻ തളർന്നിരുന്നുപോകുന്നു. സിദ്ധാർത്ഥ രഘുരാമ ഹരിശ്ചന്ദ്രയും ഇടിക്കുളമുതലാളിയും സർക്കിളിൻസ്പെക്ടർ ഹമീദൻസാരിയും മാത്രമല്ല, ഡോക്ടർ ഈശ്വരനും ഡോക്ടർ വിമലയും ഗേറ്റുകീപ്പർ ഗോപാലൻ നായരുമടക്കം അറുപതിൽപരം പേർ ഒരേസമയം എന്നെ വെല്ലുവിളിക്കുന്നു.

അടുത്ത ദിവസം വൈകിട്ട് കൃഷിയിടത്തിൽ നിന്നും ഞാൻ കയറിവരുമ്പോഴാണ് ഷേണായി കാത്തുനിൽക്കുന്നത് കണ്ടത്.

അടുത്തെത്തിയപ്പോൾ വൃദ്ധൻ എന്റെ കയ്യിൽകടന്നുപിടിച്ചു.

കുഞ്ഞെന്തുപണിയാ ഈ കാട്ടിയത്...എനിക്കെന്തിനാ കൂടുതൽ മുണ്ടുമുടുപ്പുമൊക്കെ...ങാ... അതിരിക്കട്ടെ, എനിക്കെന്തിനാ ഇത്രയും രൂപ...?

ഷേണായി മടിയിൽനിന്നും പണമെടുക്കാൻ തുടങ്ങിയപ്പോൾ ഒന്നും മിണ്ടാതെ ഞാൻ വേഗം മുന്നോട്ട് നടന്നു. കുഞ്ഞേ... നിൽക്ക്, ഞാനും വരുന്നു! ഞാനത് കേട്ടതായി ഭാവിച്ചില്ല. ഷെഡ്ഡിലെത്തിയ ഞാൻ കുളിച്ചു വരുമ്പോൾ ഷേണായി മേശക്കരുകിൽ വീപ്പമേലിരിക്കുകയാണ്.

തലേരാത്രി എഴുതിവെച്ചിരുന്ന കഥ വായിച്ചിട്ടുള്ള ഇരിപ്പാണ്. കയ്യിലിരുന്ന കഥ മേശമേൽ വെച്ചിട്ടു പറഞ്ഞു.

സങ്കടമാണെല്ലോ കുഞ്ഞേ! വൃദ്ധൻ മന:പ്രയാസപ്പെട്ടു.

ഉം... എന്ത് പറ്റി ചേട്ടാ...?

ഞാൻ വായിച്ച കുഞ്ഞിന്റെ കഥകളെല്ലാം പ്രത്യക്ഷമാ

യോ പരോക്ഷമായോ വേദനകൾ നിറഞ്ഞു നിൽക്കുന്നതാണ്. എല്ലാം നഷ്ടങ്ങളുടെ കണക്കുകൾ...ലാഭങ്ങളെവിടേയുമില്ല! എന്റെ കഥകൾ വൃദ്ധൻ മനസ്സിരുത്തി തന്നെയാണ് വായിക്കുന്നതെന്ന് ബോധ്യപ്പെട്ട് ഓരോ തവണയും ഗൂഢമായി സന്തോഷിക്കാറുണ്ടെങ്കിലും എന്നെ ചിന്തിപ്പിക്കുന്ന തരത്തിലുള്ളതായിരുന്നു അദ്ദേഹത്തിന്റെ കഥാനിരൂപണവും അതിനുപയോഗിച്ച വാചകങ്ങളും. ഈ രുദ്രഷേണായി ഒന്നുമറിയാത്തൊരു വെറും നാട്ടിൻപുറത്തുകാരനല്ല. ഈ വൃദ്ധ ശരീരത്തിനുള്ളിലെ മനസ്സിൽ ഞാനിതുവരെ ചിന്തിക്കുകപോലും ചെയ്യാത്ത തരത്തിലുള്ള "അറിവും അനുഭവങ്ങളും" മറഞ്ഞിരിക്കുന്നുണ്ട്. അദ്ദേഹമിതുവരെ സ്വന്തം കഥകളൊന്നുമെന്നോട് പറഞ്ഞിട്ടില്ല. കൂടുതലൊന്നും ഞാൻ ചോദിച്ചിട്ടില്ലെന്നതാണ് സത്യം. എല്ലാം സമയംപോലെ ചോദിച്ചുമനസ്സിലാക്കണമെന്ന് ചിന്തിച്ചുകൊണ്ട് ഞാൻ പറഞ്ഞു.

ഒരർത്ഥത്തിൽ, ജീവന്റെ അടിസ്ഥാനം രണ്ടുപേരുടെ സന്തോഷമാണെങ്കിലും ജീവിതത്തിന്റെ അടിസ്ഥാനം ദു:ഖം തന്നെയാണ് ഷേണായിച്ചേട്ടാ...!

വൃദ്ധൻ ചെറുതായി ചിരിച്ചു.

കുഞ്ഞേ, മുന്നിലുള്ള നിത്യ സത്യങ്ങളൊന്നും മനുഷ്യന് വേർതിരിച്ചറിയാനും അതേക്കുറിച്ച് ചിന്തിക്കാനും കഴിഞ്ഞുകൊള്ളണമെന്നില്ല...ചിന്തിക്കുന്നുവെന്ന "കുറ്റം" ചെയ്യുന്നതുകൊണ്ട് ഏതോ നാട്ടിൽനിന്നും ഇവിടെവന്ന് അലഞ്ഞു ജീവിക്കേണ്ട അവസ്ഥ കുഞ്ഞിനുണ്ടായി...

അതേ കുറ്റം ചെയ്തത് കൊണ്ടുതന്നെ, കാൽ സ്വാധീനമില്ലാത്തവനയി, എല്ലാവരിൽ നിന്നുമൊറ്റപ്പെട്ട് കഴിഞ്ഞ മുപ്പതുവർഷമായി ഞാനും ജീവിച്ചു പോകുന്നു.

കുഞ്ഞിന്റെ കഥയിൽ പറഞ്ഞതുപോലെ "കഴുകനേയും കാത്ത്..."!

ഞാനെന്തെങ്കിലും പറഞ്ഞു തുടങ്ങും മുൻപ് വൃദ്ധനെഴുന്നേറ്റ് പുറത്തേക്കിറങ്ങി.

ഏന്തിവലിഞ്ഞുള്ള അദ്ദേഹത്തിന്റെ പോക്ക് നോക്കി നിൽക്കുമ്പോൾ ഞാനുറപ്പിച്ചു.

എന്റെ ചിന്തകൾ അസ്ഥാനത്തല്ല! സംഭവബഹുലമായ ഒരു ജീവിതത്തിന്നുടമയാണ് ആ പോകുന്നത്. ഒരു പക്ഷെ, അദ്ദേഹമൊരുമികച്ച എഴുത്തുകാരനായിരിക്കാനുള്ള സാധ്യതകളും

എന്റെ നോട്ടത്തിൽ കാണുന്നുണ്ട്! തോട്ടത്തിലെ ആവശ്യത്തിന് വെള്ളം നിറക്കാനുപയോഗിക്കുന്നൊരുപ്ലാസ്റ്റിക്ക് വീപ്പ എനിക്കിരുന്നെഴുതാനുള്ള കസേരയാക്കാൻ വേണ്ടി തോട്ടമുടമയോട് അനുവാദം വാങ്ങി ആ പാവം വൃദ്ധൻ കഷ്ടപ്പെട്ടു ചുമന്നു കൊണ്ടുവന്നപ്പോഴേ മനസ്സിലാക്കേണ്ടതായിരുന്നു കഥകളോടും എഴുത്തിനോടും അദ്ദേഹത്തിനുള്ള ആത്മ ബന്ധം. എല്ലാം ചോദിച്ചറിയേണ്ടിയിരിക്കുന്നു!

എങ്കിലും, സങ്കടകഥകളാണ് ഞാനെഴുതാറുള്ളതെന്ന അദ്ദേഹത്തിന്റെ സങ്കടമാണിപ്പോൾ അത്യാവശ്യമായും മാറ്റിയെടുക്കേണ്ടത്. അതിനിപ്പോഴെന്താണൊരു വഴി...?

വീപ്പമേലിരുന്ന് അല്പനേരമാലോചിച്ചു. പെട്ടന്നാണ് പിന്നിലെ ബംഗ്ലാവിനെക്കുറിച്ച് ഓർമ്മ വന്നത്.

അന്ന്, എക്സ്രേരശ്മികൾ പുറപ്പെടുവിക്കുന്ന കണ്ണുകളുള്ള യുവതിയെകണ്ടശേഷം കഥയിൽക്കൂടി ഞാനൊരുപാട് പിന്നിലേക്ക് സഞ്ചരിച്ചെങ്കിലും പിന്നീട് അബദ്ധത്തിൽപ്പോലും അവിടേക്ക് നോക്കാതിരിക്കാൻ മന:പ്പൂർവ്വം ശ്രമിച്ചതിനു കാരണം ഞാൻ ഭയന്നുപോയിരുന്നു എന്നതുതന്നെയാണ്.

ഭയം പ്രതികൂലവികാരമാണ്. പക്ഷെ, അതുവെച്ച് "ഞാൻ" കഥയെഴുതിയപ്പോൾ പ്രണയ കഥയായെങ്കിൽ, എന്തുകൊണ്ട് അതേ ഭയത്തിന് മറ്റൊരുരൂപം കൊടുത്തുകൂടാ...?!

അതായിയെന്റെ ചിന്ത. ആലോചിച്ചുള്ള ആയിരിപ്പിനിടയിലെപ്പോഴോ കടലാസും പേനയുമെടുക്കുകയും എഴുതുകയും ചെയ്തു. അടുത്ത ദിവസമുച്ചക്ക് മറ്റു പണിക്കാർക്കൊപ്പം ഊണുകഴിച്ചുകൊണ്ടിരിക്കുമ്പോൾ ഷേണായി വന്നു. കുഞ്ഞേ രാത്രിവല്ലതുമെഴുതിയോ? എന്തോ ഒന്നെഴുതിവെച്ചിട്ടുണ്ട് ഷേണായിച്ചേട്ടാ! അതു പറഞ്ഞു ഊണു മതിയാക്കി ഞാനെഴുന്നേൽക്കുമ്പോഴേക്കും വൃദ്ധൻ ഷെഡ്ഡിനുനേരെ നടന്നുകഴിഞ്ഞിരുന്നു.

വൈകുന്നേരം മടങ്ങി ഞാനെത്തുമ്പോൾ അദ്ദേഹമെന്റെ പായയിൽ കിടന്നുറങ്ങുന്നുണ്ട്. ശല്യപ്പെടുത്താതെ കുളിക്കാൻ പോയി വന്നപ്പോൾ വൃദ്ധൻ എഴുന്നേറ്റിരിക്കുന്നുണ്ടെങ്കിലും പരിഭവത്തിലാണ്.

എന്തുപറ്റി ചേട്ടാ... ഉരിയാട്ടമില്ലാതെ...? ഞാൻ വിനയത്തോടെ ആരാഞ്ഞു.

കുഞ്ഞാകഥയെവിടാ വെച്ചേ...? പതിവില്ലാത്ത പാരുഷ്യത്തി

ലുള്ള ആ ചോദ്യം ഞാൻ വേഗമുൾക്കൊണ്ടു. വായിക്കാൻ പറ്റാതെ കാത്തിരിക്കേണ്ടിവന്നതിന്റെ സങ്കടപ്രകടനമാണ്. പക്ഷെ, ഞാനുമവിടെമാകെ തിരഞ്ഞെങ്കിലും കഥ കണ്ടെത്താൻ കഴിഞ്ഞില്ല. ഞാൻ ശരിക്കും വിഷമിച്ചു. എന്താണെഴുതിയിരിക്കുന്നതെന്ന് നന്നായി ഞാനും വായിച്ചിട്ടില്ല. വളരെ ആലോചിച്ചെങ്കിലും എവിടെവെച്ചുവെന്നോർക്കാനും കഴിയുന്നില്ല.

ഉറക്കപ്പിച്ചിലെഴുതിയതാണ്. വൃദ്ധന്റെ കാത്തിരുപ്പ് പാഴായതാണ് എന്നെ കൂടുതൽ വിഷമിപ്പിച്ചത്. അദ്ദേഹമാണെങ്കിൽ മിണ്ടാതെ ശിരസുകുനിച്ചിരിക്കുകയാണ്. ഞാൻ മേശമേലിരുന്ന ഒരു വെറ്റില കയ്യിലെടുത്ത് ചുണ്ണാമ്പ് തേച്ചു. പെട്ടെന്ന് വൃദ്ധനെഴുന്നേറ്റ് അയയിൽ ഞാനൂരിയിട്ട ഷർട്ടിന്റെ പോക്കറ്റിൽ നിന്നും നാലായി മടക്കിവെച്ചിരുന്ന കടലാസുകളെടുത്തുകൊണ്ടുവന്ന് പായയിലിരുന്ന് നിവർത്തുന്നത് ഒരു സ്വപ്നത്തിലെന്നപോലെ വായപൊളിച്ചു നോക്കിയിരിക്കേണ്ടിവന്നു എനിക്ക്. ആലോചനാശേഷിയിലും സാഹചര്യം വിലയിരുത്തുന്നതിലുമൊക്കെ എന്നെക്കാൾ എത്രയോ മുകളിലാണ് രുദ്രഷേണായിയെന്ന വൃദ്ധന്റെ സ്ഥാനമെന്നോർത്ത് ഞാനസൂയപ്പെട്ടു. എന്തുകൊണ്ടും ആൾ നിസ്സാരക്കാരനല്ലെന്ന് വാക്കുകളിൽ കൂടിയും പ്രവൃത്തികളിൽക്കൂടിയും ഇദ്ദേഹം തെളിയിച്ചുകൊണ്ടിരിക്കുന്നു.

ഞാൻ ചിന്തിച്ചിരിക്കെ, ഷേണായി കഥവായിച്ചു തുടങ്ങി.

ഒരു പ്രത്യേക സാഹചര്യത്തിലാണ് ഞാനാഗ്രാമത്തിൽ വന്നുചേർന്നത്. കുറച്ചുനാൾ അവിടെ താമസിക്കേണ്ടത് ആവശ്യമായിരുന്നതുകൊണ്ട് ഒരു കൃഷിയിടത്തിൽ ജോലിക്കാരനായി ചേരുകയും ചെയ്തു. എന്റെ താമസസ്ഥലത്തിനടുത്ത് ഒരു ധനാഢ്യ കുടുംബം താമസിച്ചിരുന്നു. നല്ല ഒന്നാംതരമൊരു മണിമാളികയിൽ ഒരു വക്കീലും ഭാര്യയും, മകളും. വർണ്ണനക്കതീതമായ സൗന്ദര്യമുള്ള മകളുടെ ശ്രദ്ധയാകർഷിക്കാനെന്താണൊരു വഴിയെന്നാലോചിച്ച് തലപുകച്ചുകൊണ്ട് ദിവസങ്ങൾ കഴിച്ചു.

മാളികയുടെ മുകൾ നിലയിലെ പാസേജിൽ പുസ്തകം വായിച്ചവൾ നിൽക്കുന്നതുകണ്ട ഒരു സന്ധ്യക്ക് തൊട്ടികിണറ്റിലേക്ക് ശക്തിയായിട്ട് ശ്രദ്ധപിടിച്ചുപറ്റാൻ ശ്രമിച്ചു. അത് വിജയിച്ചു.

അവൾ നോക്കി, ഞാനൊന്നു ചിരിച്ചു.

പൂർണ്ണചന്ദ്രനെനോക്കി കടപ്പുറത്തിരുന്ന് "കടലാമ" ചിരിക്കുന്നതുപോലെയായിപ്പോയി എന്റെ ചിരിയെന്ന് അവളുടെ

നോട്ടവും തുടർന്ന് അവജ്ഞയോടെ പുസ്തകം വായിച്ചുള്ള നടപ്പും കണ്ടപ്പോൾ ഞാനുറപ്പിച്ചു. എന്റെ ചിരിച്ചചുണ്ട് കുറച്ചു നേരമങ്ങനെ "കോടി"ത്തന്നെയിരുന്നുപോയി. ഇളിഭ്യനാകുന്നതിലെ ഇളിഭ്യത ബാധിക്കാത്ത പ്രായമായിരുന്നതുകൊണ്ട്, വരട്ടെ...നോക്കാമെന്ന മട്ടിൽ തൊട്ടിക്കയർ കൂടി കിണറ്റിലേക്കിട്ട് തിരിഞ്ഞു നടന്ന ഞാൻ അവളെ നായികയാക്കി മധുരസ്വപ്നങ്ങൾ കണ്ടൊന്നുമയങ്ങി.

കോടതി മുറിയിൽ പ്രതിക്കൂട്ടിൽ നിന്ന് വിറക്കുന്ന ഞാനും എനിക്കെതിരെ വാദിച്ചാക്രോശിച്ച് നിൽക്കുന്ന അവളുടെ അച്ഛൻ വക്കീലിനേയും സ്വപ്നം കണ്ട് ഞെട്ടിയുണർന്നു. അല്പനേരമിരുന്നു. വെള്ളം കുറേക്കുടിച്ചു.

തളർന്നു വീണ്ടും കിടന്നു. വക്കീലെനിക്കെതിരെ കോപത്തോടെ വാദിച്ചുകൊണ്ട് നില്ക്കുന്നതൊന്നും പ്രശ്നമാക്കാതെ വീണ്ടുമവൾ നായികയും ഞാൻ നായകനുമായി സാവധാനം ഉറങ്ങിപ്പോകുകയും ചെയ്തു. അതുകൊണ്ട് ലോകത്തിലൊരു സ്വപ്നജീവിക്കും കിട്ടിയിരിക്കാനിടയില്ലാത്ത മഹാഭാഗ്യം എനിക്ക് ലഭിച്ചു. ആദ്യം കണ്ട കോടതി രംഗ സ്വപ്നത്തിന്റെ ബാക്കി വളരെ ഭംഗിയായും കൂടുതൽ ഭീതിജനകമായും എനിക്ക് കാണാൻ സാധിച്ചു.

പ്രതിക്കൂട്ടിൽ നിൽക്കുന്ന ഞാൻ, എനിക്കുനേരെ വിരൽ ചൂണ്ടി ആക്രോശിക്കുന്ന വക്കീൽ, എന്നെത്തന്നെ നോക്കി കണ്ണുകൾ തുറിച്ചിരിക്കുന്ന ജഡ്ജി. പെട്ടെന്ന് "കോടതി വിധിയുണ്ടായി. തൂക്കിക്കൊന്നേരെ അവനെ"!

വിധി കേട്ടപാതി, കേൾക്കാത്തപാതി, ജഡ്ജിയുടെ ഡസ്കിനു മേലിരുന്ന തൂക്കുകയർ ഓടിച്ചെന്നെടുത്ത വക്കീൽ അവിടെ നിന്നു കൊണ്ടുതന്നെ എന്റെ കഴുത്തിനു നേരെ വലിച്ചെറിഞ്ഞു. ആ കാലപാശം കഴുത്തിൽ മുറികിയപ്പോൾ കൈകാലുകളിട്ടടിച്ചു ഞാൻ ഉറക്കെ അലറി,

"നാട്ടുകാരെ... ഓടിവരണേ... ഈ വക്കീലെന്നെ തൂക്കിക്കൊല്ലുന്നേ...!"

കിടക്കയിൽ നിന്നും ചാടിയെഴുന്നേറ്റ് കുടിക്കാൻ വെള്ളം തിരഞ്ഞപ്പോഴാണ് മനസ്സിലായത് കാലുകളിട്ടടിച്ച്, കുടിവെള്ളമിരുന്ന മൺകുടം ഞാനുടച്ചുകളഞ്ഞിരുന്നുവെന്ന്. ആ മൺകഷ്ണങ്ങളിലേക്ക് നോക്കി മിഴിച്ചിരുന്നുപോയി വളരെനേരം. ആ സ്വപ്നസംഭവത്തിനുശേഷം ഇനിമേലിൽ തൊട്ടി കിണറ്റിലിട്ട്

ശബ്ദമുണ്ടാക്കുകയില്ല, എന്നുമാത്രമല്ല, ഉറക്കെ ചുമക്കുകപോലുമില്ലെന്ന് ഞാനുറപ്പിച്ചു. ജീവനാണല്ലോ വലുത്! അതുകൊണ്ട് അവളെയെന്ന് മാത്രമല്ല, ആ മണിമാളികയിലേക്കുപോലും നോക്കില്ലെന്ന് ശപഥവും ചെയ്തു. സ്വയം ചെയ്ത ആ ശപഥം മറന്നുപോകാതിരിക്കാനായി വിറകടുപ്പിൽ നിന്നും കരിക്കട്ടയെടുത്ത് ചുമരിൽ ഒരു വലിയഗുണന ചിഹനവുമിട്ടു. ആ ചിഹനം കണ്ടുകൊണ്ട് പുറത്തേക്കിറങ്ങിയാൽ അവളുടെ കൊട്ടാരത്തിലേക്ക് നോക്കാനുള്ള ആഗ്രഹം നഷ്ടപ്പെടുകയും അങ്ങനെ ജീവൻ സുരക്ഷിതമാക്കാമെന്നും ഞാൻ കരുതി. അങ്ങനെ ഓരോ ദിവസവും ആ മനോഹര ചിഹനം കണ്ടുകൊണ്ട് മാത്രം പുറത്തിറങ്ങി ഞാനെന്റെ ജീവൻ രക്ഷിച്ചുനിർത്തുകയും ചെയ്തുകൊണ്ടിരുന്നു. എല്ലാം ശുഭം, സമാധാനം! ഹായ്, ജീവൻ രക്ഷിക്കാൻ എന്തെളുപ്പത്തിൽ എനിക്കു കഴിഞ്ഞു. എന്റെ ബുദ്ധിയോർത്ത് ഇടയ്ക്കിടെ സ്വയം അഭിനന്ദിച്ചുകൊണ്ടുമിരുന്നു. ഒരു ദിവസം ഉച്ചക്കുശേഷം ഞാനെന്റെ താമസസ്ഥലത്തേക്ക് വരുമ്പോൾ ആ കൊട്ടാരത്തിൽ എന്തോ ആഘോഷം നടക്കുന്നുവെന്ന് തോന്നി. ധാരാളം ആളുകളേയും വാഹനങ്ങളും കണ്ടെങ്കിലും ചുമരിലെ ഗുണന ചിഹനമോർക്കുകയും ആ ദൂരക്കാഴ്ച അവിടെയവസാനിപ്പിച്ച് ഞാനെന്റെ മുറിയിലെത്തുകയും ചെയ്തു. ഞാനൊരു നല്ലപിള്ളയാണേയ്...!

അപ്പോൾ സമയം വൈകിട്ട് അഞ്ചുമണിയായിട്ടുണ്ടാകും. മടക്കു കട്ടിലെടുത്തു മുറ്റത്തിട്ട് അല്പം കാറ്റുകൊണ്ട് ബ്രാംസ്റ്റോക്കറുടെ 'ഡ്രാക്കുള' വായിച്ചുകൊണ്ട് കിടക്കുകയാണ് ഞാൻ. ഭയക്കാൻ മറ്റൊരു കാരണവും വേണ്ടാത്ത ആ സമയത്ത് എന്റെ തലയ്ക്കു പിന്നിൽ നിന്നൊരു സ്ത്രീശബ്ദം!

ചേട്ടാ...

ഞാൻ ഞെട്ടിയതൊന്നുമില്ല, പക്ഷെ, എന്റെ കയ്യിലിരുന്ന പുസ്തകം ആ പരിസരത്തെങ്ങുമുണ്ടായിരുന്നില്ലെന്ന് മാത്രം! കട്ടിലൊടിഞ്ഞില്ല. പക്ഷെ അതിന്റെ രണ്ടു കാലുകൾ മടങ്ങിപ്പോയെന്ന് മാത്രം! നിലത്തുനിന്ന് ഞാൻ പിടഞ്ഞെഴുന്നേറ്റ് "ചെറിയ" വിറയലൊന്നുമില്ലാതെ നിൽക്കുമ്പോൾ ബോധം നഷ്ടപ്പെട്ടു പോകാതിരിക്കാൻ മാത്രം ബോധം ബാക്കി നിന്നിരുന്നുവെന്ന് തോന്നുന്നു. മുന്നിൽ നിന്ന് കുലുങ്ങിച്ചിരിക്കുകയാണവൾ. സാക്ഷാൽ എന്റെ കഴുത്തിലേക്ക് കയർ കുരുക്കെറിഞ്ഞ, വക്കീലിന്റെ മകൾ!

ക്ഷമിക്കണം ചേട്ടാ... ഇത്ര ധൈര്യമുള്ളയാളാണെന്ന് ഞാൻ തീരെ പ്രതീക്ഷിച്ചില്ല. അപ്പോഴെന്റെ മനസ്സിൽ ഓടിയെത്തിയത് ചുമരിലെ ഗുണനചിഹ്നമാണ്.

"ഇന്നെന്റെ പിറന്നാളാണ്. അല്പം പായസമാണിത്!"

അതു പറഞ്ഞവൾ കയ്യിലിരുന്ന സ്റ്റീൽ കിണ്ണം എനിക്കുനീട്ടി.

രണ്ടു കൈകളും നീട്ടിയത് വാങ്ങുമ്പോൾ കൈകൾ പൊള്ളിയതായി തോന്നാതിരുന്നത് സ്വബോധം നഷ്ടപ്പെട്ടിരുന്നത് കൊണ്ടുതന്നെയാകണം.

ചിരിയടക്കാൻ കഴിയാതെയാണവൾ തിരിഞ്ഞു നടന്നത്. അവൾ പോയയുടൻ കിണ്ണം നിലത്തുവെച്ചു. "നിലത്തിട്ടുവെന്ന് തന്നെ പറയാം! പൊള്ളിയകൈകൾ പിന്നിലേക്ക് കുത്തി കാലുകൾ നീട്ടിവെച്ച് ആ മുറ്റത്തു ഞാൻ തളർന്നിരുന്നു. എന്നെ, എന്നിലേക്ക് കൊണ്ടുവരാൻ കുറച്ചുസമയം വേണ്ടിവന്നു. അവിടെയിരുന്നു നോക്കിയതുകൊണ്ടുമാത്രം കുരുമുളക് വള്ളികൾക്കിടയിൽ കുടുങ്ങിക്കിടക്കുന്ന "ഡ്രാക്കുളയെ" കാണാൻ കഴിഞ്ഞു. എന്റെ വ്യക്തിത്വം ചവറ്റുകുട്ടയിലാക്കിയ ആ കടലാസ് ഭൂതത്തെ അവജ്ഞയോടെ നോക്കിയിരുന്ന ശേഷം കിണ്ണം കയ്യിലെടുത്ത് മോന്തിത്തുടങ്ങി.

നല്ല ചൂട്, നല്ല രുചി! അല്ല, രുചിയുണ്ടാകാതെ തരമില്ലല്ലോ... അതിനും മാത്രം സ്വപ്നങ്ങളല്ലേ, കുറഞ്ഞ സമയം കൊണ്ട് അവളെക്കുറിച്ച് കണ്ടുതീർത്തത്! പായസം കുടിച്ചു മത്തടിച്ച ഞാനാ നിലത്തുതന്നെ നീണ്ടു നിവർന്നു കിടന്നു. ഇനിയവൾ വന്ന് ആ കിടപ്പ് കണ്ടാലും നഷ്ടപ്പെടാനിനി എന്ത് വ്യക്തിത്വമാണെനിക്കുള്ളത്? കുറച്ചു സമയമങ്ങനെ കിടന്ന ശേഷമെഴുന്നേറ്റ് കിണ്ണവുമെടുത്ത് അകത്തേക്ക് പോകുമ്പോൾ ഡ്രാക്കുളയുടെ കാര്യം ഞാൻ മന:പ്പൂർവ്വം മറന്നു. അകത്തുകടന്ന് ചുമരിലെ ഗുണന ചിഹ്നത്തിലേക്കുറ്റുനോക്കി നിൽക്കുമ്പോൾ പിന്നിൽ കയർകുരുക്കുമായി എന്റെ കഴുത്തിലേക്കുന്നംനോക്കി വക്കീൽ നിൽക്കുന്നതായി തോന്നി. എങ്കിലും, പായസവുമായി അവളെന്റെയടുത്തുവന്നുവെന്ന സത്യം വേണ്ടവിധം അപ്പോഴും ഉൾക്കൊള്ളാൻ എനിക്കു കഴിഞ്ഞിരുന്നില്ല. തൊട്ടി കിണറ്റിലിട്ടപ്പോൾ "എടാ പരട്ടെ..." എന്ന മട്ടിൽ നോക്കിയവൾക്ക് ഇങ്ങനെയൊരു മാറ്റമുണ്ടാകുമെന്ന് എങ്ങനെ വിശ്വസിക്കാൻ..?!

ഭക്ഷണം പോലും കഴിക്കാൻ മിനക്കെടാതെ ഉറങ്ങാൻ കി

ടന്ന ഞാൻ കാര്യങ്ങളുടെ പോക്കിനെപ്പറ്റി ഗൗരവമായി ആലോചിച്ചു. പിറന്നാളാകട്ടെ മറ്റെന്തുമാകട്ടെ, ഒരു മുൻപരിചയവുമില്ലാത്ത എന്നെയവൾ കണക്കിലെടുത്തു. കാരണം? ഇനി സഹതാപമാണ് കാരണമെങ്കിൽ ആ കൊട്ടാരത്തിൽ എന്തായാലും വാല്യക്കാരുണ്ടാകും. എന്തുകൊണ്ട് അവരുടെ കയ്യിൽ കൊടുത്തു വിട്ടില്ലാ...? മാത്രമല്ല, നല്ല സൗഹൃദ മനോഭാവത്തിൽ തന്നെയായിരുന്നു അവൾ. പക്ഷെ ഒട്ടും പ്രതീക്ഷിക്കാത്തത് സംഭവിച്ചപ്പോൾ അവളും പകച്ചു പോയിരിക്കാം!

അതെന്തെങ്കിലുമാകട്ടെ, ഇത്ര സ്നേഹത്തോടെ പായസവുമായി വന്നവളുടെ പേരെങ്കിലും ഒന്നു ചോദിക്കാമായിരുന്നു. ഒരു ആശംസയെങ്കിലും നേരാമായിരുന്നു! ഞാൻ തലക്കിട്ടു തല്ലി സ്വയം ശിക്ഷിച്ചു. പിന്നെയോർത്തു. നിലത്ത് കിടന്നുകൊണ്ടാണോ ഞാനവൾക്ക് ആശംസ നേരേണ്ടിയിരുന്നത്?

ഞാനെഴുന്നേറ്റപ്പോഴേക്കും കാര്യം പറഞ്ഞു കിണ്ണം തന്നവൾ പോയ്കഴിഞ്ഞില്ലേ. എന്റെ ഈ വൻ നഷ്ടത്തിനു കാരണക്കാരൻ ബ്രാംസ്റ്റോക്കറാണ്. അയാളീ കഥയെഴുതിയില്ലായിരുന്നെങ്കിൽ ഇങ്ങനെ സംഭവിക്കില്ലായിരുന്നു. സ്റ്റോക്കറെ മാത്രമല്ല ഭയപ്പെടുത്തുന്ന കഥകളെഴുതുന്ന എല്ലാവരെയും മനസ്സറിഞ്ഞു ഞാൻ പ്രാകി. "നീയൊക്കെ നശിച്ചുപോട്ടെടാ...! ഓർത്തു കിടന്നപ്പോൾ പുറത്തുമഴ തുടങ്ങിയെന്ന് മനസ്സിലായി.

എനിക്കു സന്തോഷമായി. എന്റെ ശാപം ഫലിച്ചു. കാരണം, "ഡ്രാക്കുള" യിപ്പോൾ കുരുമുളക് വള്ളികൾക്കിടയിൽ കിടന്ന് നനഞ്ഞു കുളിക്കുകയാണ്. അല്പം സമാധാനം തോന്നി. അതുകൊണ്ട് ആ രാത്രി നന്നായി ഞാനുറങ്ങി.

മരംകേറ്റം പഠിച്ചിട്ടില്ലാത്ത "അണ്ണാനായ" എനിക്ക് മരംകാണുമ്പോൾ ഭയം തോന്നുന്നത് സ്വാഭാവികമാണ്. അതിനോടൊപ്പം അച്ഛൻ വക്കീലിന്റെ തൂക്കുകയർ ഭീഷണികൂടി മനസ്സിലുള്ളത് കൊണ്ട് അടുത്ത ദിവസങ്ങളിലൊന്നും ആ "പതിനെട്ടടി" മതിലിനുള്ളിലേക്ക് ഞാൻ നോക്കിയതേയില്ല. ഒരു മധുരവസന്തമായി അവളും ആ പായസക്കിണ്ണവും മനസ്സിലൊതുങ്ങി. ആ പ്രവൃത്തി അത്തരത്തിൽ തുടർന്നതിനു പിന്നിൽ സത്യത്തിൽ മറ്റൊരു രഹസ്യമുണ്ടായിരുന്നു. ഒരിക്കൽ വന്നതുകൊണ്ടു തന്നെ ഇനിയുമൊരിക്കൽ കൂടി അവളെനിക്കരികിൽ വരാനുള്ള സാധ്യത വളരെ കൂടുതലാണ്. പ്രധാനകാരണം ആ പായസക്കിണ്ണം തന്നെ!

അതിപ്പോഴും, അവൾ കാരണം കാലൊടിഞ്ഞുപോയ എന്റെ മടക്കുകട്ടിലിനടിയിൽ ഭദ്രമാണ്. പേരൊന്നു ചോദിക്കാനും "കഴിഞ്ഞുപോയ പിറന്നാളിന്" ഒരു ആശംസയറിയിക്കാനുമായി മിക്ക ദിവസങ്ങളിലും പണിക്കുപോലും പോകാതെ ഞാൻ കാത്തിരുന്നത് എന്നെ നല്ലൊരു അലസനാക്കി മാറ്റുകയും ചെയ്തു. ഭയം മാറ്റിവെച്ച് ഒളിഞ്ഞും തെളിഞ്ഞും പലപ്പോഴും ഞാനാകൊട്ടാരത്തിന്റെ മുകൾ നിലയിലേക്ക് നോക്കിയെങ്കിലും ഒരിക്കൽ മാത്രം മുറിക്കു പുറത്തുവന്നവൾ പെട്ടെന്ന് പോകുന്നതുകണ്ടു.

ദിവസങ്ങൾ പലതു കഴിഞ്ഞപ്പോൾ ഒന്നു ഞാൻ തീരുമാനിച്ചുറപ്പിച്ചു. എന്ത് ത്യാഗം സഹിച്ചും നേർക്കുനേരെ അവളെയൊന്ന് കണ്ടേ തീരൂ...

അവിടെ ചെല്ലാനെനിക്ക് "പായസക്കിണ്ണം" മടക്കി നൽകുകയെന്ന ന്യായമായൊരു കാരണമുണ്ടെങ്കിലും വക്കീലിന്റെ മുഖമോർക്കുമ്പോൾ എന്റെ ന്യായത്തിൽ, അത്രയൊന്നും ന്യായമില്ലെന്നെനിക്ക് തോന്നുകയും ചെയ്തുകൊണ്ടിരുന്നു. വക്കീൽ പുറത്തേക്കൊന്നും പോകുന്നതായി കാണാറുമില്ല. കൊട്ടാരം കണ്ടിട്ട് കേസും ഫീസുമില്ലാത്ത വക്കീലാണെന്ന് തോന്നുന്നുമില്ല.

അങ്ങനെ, കാര്യങ്ങൾ നീണ്ടുപോകവേ എനിക്കൊരസുലഭ സന്ദർഭം വന്നുചേരുകതന്നെ ചെയ്തു. ഒരു വൈകുന്നേരം ഞാൻ നോക്കിനിൽക്കെ വക്കീലും ഭാര്യയും കാറിൽക്കയറി പുറത്തേക്ക് പോകുന്നു. തുറന്നുകൊടുത്ത ഗേറ്റ് കാർ പോയിക്കഴിഞ്ഞപ്പോൾ അടച്ചിട്ട് അവളകത്തേക്ക് പോകുന്നത് ഒരു സ്വപ്നത്തിലെന്നപോലെയാണ് ഞാൻ കണ്ടു നിന്നത്. പൗഡറിടാനും മുടി ചീകാനും പെർഫ്യൂമടിക്കാനുമൊക്കെ നിൽക്കുന്നത് എന്റെ സമയം നഷ്ടപ്പെടുത്തും. അല്ലെങ്കിൽ തന്നെ ആകെയൊരു ലുങ്കിയുമുടുത്ത് കട്ടിലിന്റെ കാലുമൊടിച്ച് നിലത്തു വീണ് അവളുടെ മുന്നിൽ നിന്നുവിറച്ച ഞാനിനി സെന്റുമടിച്ച്, പൗഡറുമിട്ട് കാണിച്ചിട്ടെന്നു കാര്യം? പേരൊന്നു ചോദിക്കണം, ഒത്താൽ കഴിഞ്ഞുപോയ എല്ലാപിറന്നാളുകൾക്കും ചേർത്ത് "നീണ്ടയൊരാശംസ" അറിയിക്കണം. പായസം തന്നതിന് നന്ദി പറയണം. അത്രയേയുള്ളൂ ! നിഷ്കളങ്ക ഹൃദയവുമായി ഞാൻ നല്ലൊരു പാന്റും ഷർട്ടുംധരിച്ചു, മുൻകാരണങ്ങളാൽ ആവശ്യമില്ലാത്തതാണെങ്കിലും പൗഡറുമിട്ട് സെന്റും പൂശി മുടിയും ചീകി കിണ്ണ

വുമെടുത്ത് പുറത്തിറങ്ങിയപ്പോഴാണ് ശരിക്കുമെനിക്ക് പ്രശ്ന ബോധമുണ്ടായത്.

ഗേറ്റ് കടന്നകത്തേക്ക് ചെല്ലാൻ പലതടസ്സങ്ങളുമുണ്ട്. ആ ഭീമൻ ഗേറ്റിനുമുന്നിൽ ചെന്ന് ഞാൻ നിന്നാൽ അവളതറിഞ്ഞു കൊള്ളണമെന്നില്ല. അവിടെ നിന്നും വിളിപ്പാടകലമുണ്ട് കൊട്ടാരത്തിലേക്ക്. ഗേറ്റ് തുറന്നുതരാൻ വാല്യക്കാരുള്ളതായി കണ്ടിട്ടില്ല. പ്രധാന വിഷയം മറ്റൊന്നാണ്. ഞാനകത്തേക്ക് പോകുന്നത് ആരെങ്കിലും കണ്ട് വക്കീലച്ഛനോട് പറഞ്ഞുകൊടുത്താൽ ഇനിയും ഞാൻ കോടതിമുറി സ്വപ്നം കണ്ട് ഞെട്ടിയുണരാൻ കാരണമായേക്കും. പിന്നെന്താണൊരു മാർഗ്ഗം? ആലോചിച്ചു നിൽക്കാൻ സമയമില്ല!

പിന്നെ കൂടുതൽ ചിന്തിക്കാൻ നിന്നില്ല. ഓടിപ്പോയി വലിയ രണ്ടു കവിളൻമടലുകൾ എടുത്തുകൊണ്ടുവന്ന് ആ വൻമതിലിൽ കുത്തിച്ചാരി. ആയാസപ്പെട്ട് ചവിട്ടി മടലിനു മുകളിൽകയറിയെങ്കിലും മതിലിനു മുകളിൽ കയറാൻ കയ്യെത്തുമായിരുന്നില്ല. കിണ്ണം കടിച്ചു പിടിച്ചുകൊണ്ട് പലപ്രാവശ്യം ചാടിയ ശേഷമാണ് മതിലിനുമുകളിൽ പിടികിട്ടിയത്. ഏകദേശം അഞ്ചുമിനിറ്റോളമുള്ള ശ്രമത്തിനു ശേഷം മുകളിൽ കയറിപ്പറ്റിയപ്പോഴേക്കും വിയർത്തൊലിച്ചുപോയിരുന്ന എന്റെ ഷർട്ടും പാന്റും മതിലിന്റെ മഞ്ഞ നിറമായിക്കഴിഞ്ഞിരുന്നു. അതൊന്നും ശ്രദ്ധിക്കാനുള്ള സമയമല്ലിപ്പോൾ. കടിച്ചു പിടിച്ച കിണ്ണവുമായി ചാടാൻ തയ്യാറായി താഴെക്ക് നോക്കിയപ്പോഴാണ് പകച്ചുപോയത്. പുറത്തേക്കാൾ താഴ്ച്ച കൂടുതലാണകത്ത്. ആരുമവിടെ കവിളൻ മടൽ കുത്തിച്ചാരി വെച്ചിട്ടുമില്ല. ചാടിയാൽ ബാക്കിക്കാര്യം കണ്ടുതന്നെ അറിയേണ്ടിവരും. എടുത്ത തീരുമാനം നടപ്പാക്കുന്നവനാണ് ധീരനെന്ന് ആരോ പറഞ്ഞു കേട്ടിട്ടുള്ള ഞാൻ ചാടാൻ തന്നെ തീരുമാനിച്ചു. അവൾക്കുമുന്നിൽ ഒരിക്കൽക്കൂടി ഭീരുവാകുന്നത് ഓർക്കാൻക്കൂടി കഴിയാത്തകാര്യമാണ്. "മതിൽചാടിത്തന്നെ ചെല്ലുന്നതുകൊണ്ട് അവൾ പ്രത്യേകമായെന്നെ അഭിനന്ദിച്ചാലോ?"! ആ ചിന്ത എന്റെ ആവേശം കൂട്ടി. കടിച്ചുപിടിച്ചിരുന്ന കിണ്ണവുമായി അകത്തേക്കുചാടാൻ തുടങ്ങിയ അതേനിമിഷത്തിൽ അകലെനിന്നുമൊരു വാഹനശബ്ദം കേട്ട് മുഖമുയർത്തിയ എന്റെ കണ്ണുകളിൽ ഇരുൾനിറഞ്ഞു. തലമരവിച്ചു. ശരീരമാകെ തളർന്നു! വക്കീലിന്റെ കാർ അതിവേഗം പാഞ്ഞു വരികയാണ്. ഒന്നുമോർക്കാൻ പിന്നെനിക്ക് കഴിഞ്ഞില്ല. തിരികെ ഒറ്റച്ചാട്ടം!

രക്ഷപ്പെട്ടുവെന്ന് ചിന്തിച്ചു എഴുന്നേറ്റോടാൻ തലയുയർത്തി. എന്റെ ശ്വാസം നിലച്ചു! ഞാൻ വീണിരിക്കുന്നത് വക്കീലിന്റെ മതിലിനകത്താണ്!

ന്റെമ്മോ..! ഞാൻ തലയിൽ കൈവെച്ചു പോയി. ഒറ്റനോട്ടത്തിൽ വക്കീലിന് എന്നെ കാണാൻ കഴിയില്ലെന്നേയുള്ളു. കാരണം, വിളഞ്ഞു നിൽക്കുന്ന "ചേന" ക്കൂട്ടത്തിനിടയിലേക്കാണ് ഞാൻ വീണിരിക്കുന്നത്. കാറിൽ നിന്നിറങ്ങി ഗേറ്റ് തുറക്കുന്നതിനിടയിൽ ഞാനിരിക്കുന്ന ഭാഗത്തേക്ക് വക്കീൽ നോക്കുന്നത് കണ്ടപ്പോൾ ആയില്യം കാവിലെ വെളിച്ചപ്പാട് തുള്ളുന്നത് പോലെ ഞാനിരുന്നു വിറച്ചു. വിറയൽ നിയന്ത്രിക്കാനായി ഞാനൊരു ചേനത്തണ്ടിൽ മുറുകെ പിടിച്ചു. ചേനത്തണ്ട് കൊടുങ്കാറ്റ് പിടിച്ച ആലില പോലെ കുടഞ്ഞുവിറച്ചു. ആ വിറയൽ അടുത്തു നിന്നിരുന്ന ചേനത്തയ്യുകളിലേക്ക് കൂടി പടർന്നപ്പോൾ പിടിവിട്ട ഞാൻ കൈകൾ മണ്ണിൽ കുത്തിയിറക്കി വിറയൽ നിയന്ത്രിക്കാൻ യത്നിച്ചു. കൈകളിൽ തടഞ്ഞ ഘനമുള്ള എന്തോ ഒന്നിൽ ഞാൻ മുറുകെ പിടിച്ചിരുന്നു. അല്പനേരം ഞാനിരുന്ന ഭാഗത്തേക്ക് തന്നെ നോക്കി നിന്ന വക്കീൽ കാറിൽക്കയറി പോർച്ചിലേക്ക് ഓടിച്ചു പോയി.

ആ കിട്ടിയ സമയത്ത് ഞാനൊന്ന് ഉയർന്നുകുതിച്ചു. ചെമ്മീൻ തുള്ളും പോലൊരു തുള്ളൽ! ഞാനെന്നല്ല, മനസ്സറിയാതെ ആരും തുള്ളിപ്പോകും അങ്ങനെയൊരു സന്ദർഭത്തിൽ! തുള്ളിയിട്ടെന്തു കാര്യം? പത്തടി ഉയരമുള്ള രണ്ടു കവിളൻമടൽ വെച്ചു കേറിയിട്ട് പിടുത്തംകിട്ടാത്ത മതിലാണ്. കുറെപൊങ്ങി, അതിനേക്കാൾ വേഗത്തിൽ താഴേക്കു വീണു. വീണ്ടും ചേനയിൽ പിടിമുറുക്കി അനങ്ങാതിരുന്നു. ഞാനാഗ്രഹിച്ചതുപോലെ വക്കീൽ അകത്തേക്ക് പോയി.

പക്ഷേ, വക്കീലിന്റെ ഭാര്യ കാറിൽനിന്നിറങ്ങിയപാടെ, നല്ലൊരു കൃഷിക്കാരിയായിമാറുമെന്ന് ഞാൻ സ്വപ്നത്തിൽ പോലും കരുതിയിരുന്നില്ല. അവർ ഹോസ് വലിച്ചുകൊണ്ടുവന്ന് ചേനക്ക് വെള്ളമടിച്ചുതുടങ്ങി. ചേനച്ചുവട്ടിലിരുന്ന് സൗജന്യമായി ഞാൻ കുളിച്ചു വിറച്ചു. എന്തോ ഓർത്തതുപോലെ വെള്ളമടി നിർത്തി പെട്ടന്നവരകത്തേക്ക് പോയപ്പോൾ സർവ്വശക്തിയുമെടുത്ത് ഞാനൊരിക്കൽ കൂടി ഉയർന്നു ചാടി.

മതിലിന്റെ ദുർബ്ബലമായ കുറച്ചുഭാഗം ഇടിച്ചുമറിച്ചുകൊണ്ട് ദേഹമാകെ രക്തം പൊടിയുന്ന നിലയിൽ ഞാൻ മതിലിന്റെ മറു

വശത്ത് തിരികെയെ ത്തിയിരിക്കുന്നു.

അത് സത്യമാണെന്ന് ഉറപ്പാക്കാൻ തന്നെയെനിക്ക് കുറച്ചു സമയം വേണ്ടി വന്നു. പക്ഷെ, പരിസരബോധം വീണ്ടെടുത്തു കഴിഞ്ഞപ്പോൾ മുന്നിലുള്ള കാഴ്ചകണ്ട് ഞാനാകെ അന്ധാളിച്ചുപോയി. ഒരു വലിയ "ചേന" മുന്നിൽ കിടന്നെന്നെ വെല്ലുവിളിക്കുന്നു. വക്കീലിന്റെ ചേന മോഷ്ടിച്ചോണ്ടാണോ ഞാൻ തിരികെച്ചാടിയത്?! എന്റെ ദൈവമേ... ഇനി ഞാൻ മതിലുപൊളിച്ചതിനു മാത്രമല്ല, ചേന മോഷണക്കേസിനുകൂടി കോടതി കയറണമല്ലോ!

സ്വയമറിയാതെ നില വിളിച്ചുപോയി. ഒരു ആശംസ നേരാൻ പോയവകയിലുണ്ടായ വിനകളോർത്ത് ബോധം മറഞ്ഞവനെപ്പോലെ ആകാശത്തേക്ക് തുറിച്ചുനോക്കി ഞാൻ നിശ്ചലമിരുന്നുപോയി. പ്രകൃതിപോലും ആ സാഹചര്യത്തിൽ എന്റെ കടുത്ത ശത്രുവായി മാറി. അല്ലെങ്കിൽ പിന്നെയെന്തിനാണപ്പോൾ ഞാൻ തെറിച്ചുപോകുംവിധം ഇടിമിന്നലുണ്ടായത്?

ഒരർത്ഥത്തിൽ അതും നന്നായി. ഞാൻ സ്ഥലകാലബോധം വീണ്ടെടുത്തു. എന്തിനും മേലെ അസഹ്യമായ വിശപ്പ് അനുഭവപ്പെട്ടു. ഞാനോടിപ്പോയി മൂന്നു ഇഷ്ടികകൾ എടുത്തുകൊണ്ടുവന്നു മുറ്റത്ത് അടുപ്പ് കൂട്ടി, കലത്തിൽ വെള്ളം വെച്ചശേഷം ചേന മുറിച്ചൊരുക്കി. ഞാൻ കോടതി മറന്നു, വക്കീലിനെ മറന്നു, എന്തിന്, സർവ്വോപരി അവളെപ്പോലും മറന്നു! അത്രക്കുണ്ടായിരുന്നു വിശപ്പ്.

ചേന മുറിച്ചുവെച്ച പാത്രം കയ്യിലെടുത്തു. ചേനക്കഷണങ്ങൾ കലത്തിലേക്കിടാനായി ഉയർത്തിയ അതേസമയത്ത് എന്റെ തൊട്ടുപിന്നിൽ നിന്നൊരലർച്ച!

ഡ്ഠാ...!

തിരിഞ്ഞുനോക്കാൻ സമയം കിട്ടും മുൻപ് വക്കീലെന്നെ കോളറിൽ തൂക്കി ഉയർത്തിക്കഴിഞ്ഞിരുന്നു. ഇടതുകയ്യിൽ എന്നെ പിടിച്ചുകൊണ്ട് വലതുകൈവിരൽ അടുപ്പിലിരിക്കുന്ന കലത്തിലേക്ക് ചൂണ്ടിയയാൾ ആക്രോശിച്ചു.

"ആ കലത്തിൽ ഈ ചേന വേവില്ലടാ...!"

രുദ്രഷേണായിയെന്ന എന്റെ ആത്മമിത്രമായിത്തീർന്ന വൃദ്ധനെ സന്തോഷിപ്പിക്കാനായി മാത്രമെഴുതിയ ഈ കഥ വായിച്ചദ്ദേഹം സന്തോഷിക്കുന്നുണ്ടോ യെന്ന് നോക്കാൻ നിൽക്കാതെ പുറത്തിറങ്ങി ഷെഡ്ഡിന്റെ പിന്നിലെത്തി ആ ബംഗ്ലാവിലേക്ക്

സൂക്ഷിച്ചു നോക്കി നിൽക്കുമ്പോൾ വല്ലാത്തൊരു ഭീതി എന്നിൽ കടന്നുകൂടി.

ചുവന്ന പൂങ്കുലകളുടെ താഴ്വര

അന്ന് വളരെ വൈകുവോളം വൃദ്ധനുമായി കാര്യം പറഞ്ഞിരുന്നു. ഇടക്കിടെയെന്നെ നോക്കിയദ്ദേഹം ഊറിച്ചിരിച്ചു കൊണ്ടുമിരുന്നു. കാരണം ചോദിച്ചപ്പോൾ വെറുതെ കണ്ണുകളടച്ച് ഉറക്കെ ചിരിച്ചു. വായിച്ച കഥയിലെവിടെയോ ഇടക്കിടെ അദ്ദേഹത്തിന്റെ മനസ്സുടക്കുന്നുണ്ടെന്നെനിക്ക് തോന്നി. ആ ബംഗ്ലാവിനെക്കുറിച്ചുള്ള എന്റെ ചോദ്യങ്ങൾക്ക് അത് പിന്നൊരിക്കലാകാമെന്ന് പറഞ്ഞൊഴിഞ്ഞു. സ്വന്തം ജീവിതത്തെക്കുറിച്ചുള്ള ചോദ്യങ്ങൾക്കും അതേ മറുപടിതന്നെയാണ് അദ്ദേഹത്തിന് പതിവ്പോലെ നൽകാനുണ്ടായിരുന്നതെങ്കിലും താനീനാട്ടിൽ ജനിച്ചുവളർന്നവനല്ലയെന്നു മാത്രം പറഞ്ഞുകൊണ്ടെഴുന്നേറ്റ് പുറത്തേക്കിറങ്ങുമ്പോൾ രാത്രി ഒരുമണി കഴിഞ്ഞിരുന്നു.

ഉറങ്ങാൻ കിടക്കുമ്പോൾ ഞാനാലോചിച്ചു. എന്റെ ചോദ്യങ്ങൾക്ക് ഷേണായി മറുപടി പറഞ്ഞാലുമില്ലെങ്കിലും അയാൾ മാത്രമാണ് എന്നെ സ്വാധീനിച്ച ഏക മനുഷ്യൻ. അതുകൊണ്ട് അദ്ദേഹത്തിനാവശ്യമായ ഏത് സഹായവും ചെയ്തുകൊടുത്തേ മതിയാകൂ!

ഷേണായിയെന്നോട് സഹായമൊന്നും ആവശ്യപ്പെട്ടിട്ടില്ല. എന്നാലദ്ദേഹമൊരു സങ്കടം പറഞ്ഞു. കൊതുകു കടികാരണം ഉറങ്ങാൻ കഴിയുന്നില്ല. കൊതുകുതിരിപോലുള്ളവ ചുമയുണ്ടാക്കുന്നതിനാൽ അതുപയോഗിക്കാൻ പറ്റില്ല. പറഞ്ഞത് ഷേണായി ആയതുകൊണ്ട് അതെന്റെ മനസ്സിൽ തങ്ങിനിന്നു. ഏതു വിധേനയും അദ്ദേഹത്തെ എനിക്ക് സഹായിച്ചേ തീരു. അതിനുള്ള ഒരു പദ്ധതി മനസ്സിൽ രൂപപ്പെടുത്തിക്കൊണ്ടാണ് ഞാനുറങ്ങാൻ കിടന്നത്. അടുത്ത ദിവസം വളരെ വൈകിമാത്രം എഴുന്നേറ്റതുകൊണ്ട് പണിക്കിറങ്ങാൻ കഴിഞ്ഞില്ല. അത്തരം കാര്യങ്ങളൊന്നും അനുവദിക്കുന്നയാളല്ല തോട്ടമുടമ. അദ്ദേഹമൊരു പട്ടാളക്കാരനായിരുന്നെന്ന് വൃദ്ധൻ പറഞ്ഞുള്ള അറി

വാണെനിക്കുള്ളത്. അദ്ദേഹത്തെ പിണക്കാതെ നോക്കേണ്ടത് വളരെ അത്യാവശ്യമുള്ള കാര്യമാണെനിക്കിപ്പോൾ. ഞാൻ ഷേണായിയെ ചെന്നുകണ്ടു. മുതലാളി ദേഷ്യപ്പെടാനാണ് സാധ്യത കൂടുതലെന്ന് പറഞ്ഞുകൊണ്ട് എന്നെയുംകൂട്ടി മുതലാളിയുടെ വീട്ടിലേക്കുപോയി. എന്നെ പടിക്കെട്ടിനുതാഴെ നിർത്തിയശേഷം വൃദ്ധൻ ആയാസപ്പെട്ട് പടികൾ കയറി മുറ്റത്തേക്ക് ചെന്നു. പത്തുമിനിട്ടോളം കഴിഞ്ഞപ്പോൾ വൃദ്ധൻ മുകളിൽ നിന്നെന്നെ കൈകാട്ടി വിളിച്ചു.

ദേഷ്യപ്പെടാനോ, എന്നെ പറഞ്ഞുവിടാനോ മറ്റോ മുതലാളി തയ്യാറാകുമോയെന്നോർത്ത് ഞാൻ ഭയന്നു. എന്നാൽ ഷേണായിയുടെ മുഖം കണ്ടപ്പോൾ എന്തെങ്കിലും കുഴപ്പമുള്ളതായി തോന്നാതിരുന്നതെനിക്ക് അല്പം ആശ്വാസം പകർന്നു. ഞാൻ കയറിച്ചെന്നപ്പോൾ ഷേണായിയെന്റെ ചെവിയിൽ അടക്കം പറഞ്ഞു.

സാധാരണയായി ജോലിക്കാരെയാരെയും മുതലാളി വീട്ടിലേക്ക് വിളിച്ചുകയറ്റില്ല. കുഞ്ഞ് കഥയെഴുതാൻ വന്ന ആളാണെന്ന് ഇപ്പോഴും ഞാൻ പറഞ്ഞു. അപ്പോഴാണ് വരാൻ പറഞ്ഞത്!

മുറ്റത്തുനിന്ന് ഷേണായി മുരടനക്കി ഒച്ചയുണ്ടാക്കി, അഞ്ചുമിനിറ്റോളം കഴിഞ്ഞാണ് മുതലാളി പുറത്തുവന്ന് കസേര വലിച്ചിട്ടിരുന്നത്. അദ്ദേഹമിരുന്നു കഴിഞ്ഞപ്പോൾ എന്റെ മുന്നിൽ നിന്നിരുന്ന ഷേണായി പിന്നിലേക്ക് മാറി.

ഉം... എന്താ പേര്?

എന്നെനോക്കിയുള്ള ചോദ്യം വളരെ ഗൗരവത്തിലാണ്. ഞാൻ പേര് പറഞ്ഞു.

ഇവിടെയെത്ര ജോലിക്കാരുണ്ടെന്നറിയാമോ?

ഇരുപതിനുമേൽ!

ഞാൻ വിനയത്തോടെ ഉത്തരം പറഞ്ഞു.

ഇരുപതിന് മേലല്ല, താനടക്കം ഇരുപത്തിമൂന്നുപേർ... ഉത്തരം കൃത്യമായിരിക്കണം!

ഒരു താക്കീതുപോലെയാണ് അദ്ദേഹത്തിന്റെ സംസാരം.

ഉവ്വാ!

പക്ഷേ, ആ ഉത്തരം പറഞ്ഞത് ഞാനായിരുന്നില്ല, ഷേണായിയാണ്.

ഷേണായിച്ചേട്ടൻ പറഞ്ഞതുകൊണ്ട് മാത്രമാണ് തനിക്കിവിടെ ജോലിതന്നത്!

അറിയാമേ... ഞാനുത്തരം പറഞ്ഞു.

പണിക്കാരലസത കാട്ടുന്നതെനിക്കിഷ്ടമല്ല!

അദ്ദേഹത്തിന്റെ സംസാരത്തിൽ ഗൗരവം കൂടുകയാണ്. ഇനി ഞാനിങ്ങനെ ചെയ്യില്ല... ഇത്തവണ മുതലാളി ക്ഷമിക്കണം! ഞാൻ പരമാവധി വിനയംഭാവിച്ചു.

എനിക്കിപ്പോഴിവിടെ നിന്ന് പോകാൻ കഴിയില്ല. ലക്ഷ്യം പൂർത്തിയാക്കിയേതീരൂ! അതിന് മുതലാളിയുടെ കാലുപിടിക്കേണ്ടിവന്നാലും അത് ചെയ്യാൻ സന്നദ്ധനായി ഞാൻ നിന്നു.

ങാ... അതിരിക്കട്ടെ, താൻ കഥകളെഴുതുമെന്ന് കേട്ടല്ലോ... എന്ത് കഥയാ എഴുതുന്നേ...?

ഞാൻ നിന്ന് പരുങ്ങിയപ്പോൾ ഷേണായി ഇടപെട്ടു.

ഈ കുഞ്ഞ് എല്ലാ കഥയുമെഴുതും!

ഞങ്ങളിരുവരെയും ഞെട്ടിച്ചുകൊണ്ട് മുതലാളിയുറക്കെ ചിരിച്ചു. കാരണം മനസ്സിലാകാതെ ഞങ്ങൾ നിന്നു പരുങ്ങി. ഞാൻ ഒരടിപിന്നിലേക്ക് മാറിയപ്പോൾ ഷേണായി മൂന്നടി പിന്നിലേക്ക് മാറിക്കഴിഞ്ഞിരുന്നു. ചിരി നിർത്തിയ അദ്ദേഹം ഞങ്ങൾ ചോദിച്ചില്ലെങ്കിലും കാരണം പറഞ്ഞു.

ഇയാളെന്ത് കഥയെഴുതുമെന്നാണ് ഷേണായിച്ചേട്ടൻ പറയുന്നത്. കഥകളെഴുതുന്നവർക്കുള്ള ഡിമാന്റും വിലയുമൊക്കെ ചേട്ടനറിയുമോ? ഇയാൾ കൃഷിപ്പണി നന്നായി ചെയ്യുന്നുണ്ടെന്ന് ഞാനറിയുന്നുണ്ട്!

എന്നെ പരിഹസിക്കുംപോലെ പറഞ്ഞിട്ട് മുതലാളി നിർത്തിയപ്പോൾ ഷേണായി പിന്നിലേക്ക് മാറിയിരുന്ന മൂന്നടി വീണ്ടും മുന്നിലേക്കു വന്നു.

അയ്യോ, സത്യമായിട്ടും അല്ല സാറേ, ഈ കുഞ്ഞ് നന്നായി കഥകളെഴുതും!

വൃദ്ധന്റെ തറപ്പിച്ചുള്ള ആ സംസാരം, നിലപാടിലെന്തോ മാറ്റം വരുത്തിയെന്നുതോന്നുംവിധം അല്പനേരം നിശബ്ദനായിരുന്ന അദ്ദേഹം പിന്നെ ഷേണായിയോടായിപ്പറഞ്ഞു.

ചേട്ടൻ പൊയ്ക്കോ... ഇയാൾക്ക് കഥയെഴുതാനറിയുമോയെന്ന് ഞാനൊന്ന് നോക്കട്ടെ!

ഒരു നിമിഷം പരുങ്ങി നിന്നെങ്കിലും, തിരുവായ്ക്ക് എതിർവായില്ല" എന്നോർത്തതുകൊണ്ടാകണം, വൃദ്ധൻ എന്നെയൊന്ന് തൊട്ടു സാന്ത്വനിപ്പിച്ചിട്ട് പതിയെ തിരിഞ്ഞു നടന്നു. ഷേണായി പോയിക്കഴിഞ്ഞപ്പോൾ അദ്ദേഹമെഴുന്നേറ്റകത്തേ

ക്ക് പോയി. കുറച്ചു കഴിഞ്ഞു തിരികെ വന്നപ്പോൾ പട്ടാളവേഷം ധരിച്ചിരുന്നു.

വരൂ... എന്നെന്നോട് പറഞ്ഞുകൊണ്ട് നടന്നുതുടങ്ങി.

കുറച്ചു പിന്നിൽമാറി ഞാനദ്ദേഹത്തെ പിന്തുടർന്നു. അസ്വസ്ഥതപ്പെടുത്തുകയോ അനുസരണക്കേട് കാട്ടുകയോ ചെയ്താൽ കയ്യിലിരിക്കുന്ന തോക്ക് എനിക്കുനേരെ ചൂണ്ടിയേക്കുമോയെന്നുഭയക്കും പോലെയായിരുന്നു എന്റെ നടപ്പ്. പെട്ടെന്നയാളെനിക്കു നേരെ തിരിഞ്ഞു ചോദിച്ചു.

എന്റെയൊരനുഭവം പറഞ്ഞാൽ കഥയായെഴുതാൻ തനിക്കു കഴിയുമോ? അദ്ദേഹത്തിൽനിന്നുമുണ്ടായ ആ ചോദ്യമെന്നെ വളരെയാവേശത്തിലാക്കി. തീർച്ചയായും സാർ... ഞാൻ

ശ്രമിക്കാം!

പാടവും പറമ്പും കടന്ന് ആറ്റിറമ്പിൽ നിന്നും വരുന്ന കുളിർതെന്നലേറ്റപ്പോൾ അയാൾ നല്ല ശാന്തതയുള്ള മനുഷ്യനായി തോന്നി.

ശ്രമിക്കാമെന്നല്ല...എഴുതണം...!

സൗമ്യമായൊരുതാക്കീതുപോലെയായിരുന്നു ആ ഉത്തരവ്. ഒരു പട്ടാളക്കാരൻ പറയുമ്പോൾ നല്ലയൊരനുഭവമായിരിക്കുമെന്നുള്ളതുകൊണ്ട് കഥ കേൾക്കാനായി ഞാൻ അദ്ദേഹത്തിനരികിലേക്ക് കൂടുതൽ ചേർന്നുനടന്നു. ഇരുന്നും നടന്നുമായി കഥ പറഞ്ഞുകൊണ്ട് ഏകദേശം രണ്ടുമണിക്കൂറോളം പറമ്പിലും കൃഷിയിടങ്ങളിലുമായി ചിലവഴിച്ചു. മടങ്ങിപ്പോകുമ്പോഴദ്ദേഹം പറഞ്ഞു. ഇന്നും നാളെയും ശമ്പളത്തോടെ തന്നെയുള്ള അവധി. ശമ്പളം, കഥയെനിക്ക് ഇഷ്ടപെട്ടാൽ മാത്രം! എന്താ...പറ്റില്ലേ?

ഉറപ്പായും ഞാനെഴുതും സാർ!

എങ്കിൽ ശരി, അതു നടക്കട്ടെ..!

അദ്ദേഹമനുവാദം തന്നപ്പോൾ ഞാൻ വളരെ വേഗം ഷെഡ്ഡിലേക്ക് പോയി.

ആവേശത്തോടെ ഞാനേറ്റെടുത്ത ജോലി പൂർത്തിയായിക്കഴിഞ്ഞപ്പോൾ തനിച്ച് അതുമായി അദ്ദേഹത്തിന്റെയടുത്തേക്ക് പോകാൻ എനിക്കൊരുവിമുഖതതോന്നി. കഥയിഷ്ടപ്പെട്ടില്ലെങ്കിൽ അതുവളരെ പ്രയാസമുണ്ടാക്കുന്ന കാര്യമായിത്തീരും. അതവിടെയെത്തിക്കാൻ ഞാൻ ഷേണായിച്ചേട്ടന്റെ സഹായം തേടി. എന്നാൽ ഞാൻ കൂടെചെല്ലണമെന്ന് വൃദ്ധൻ നിർബന്ധം പിടിച്ചു. ഒടുവിൽ എനിക്ക് തുണയായി ഷേണായിച്ചേട്ടനും, ഷേണായിച്ചേട്ടന് തുണയായി ഞാനും മുതലാളിയുടെ വീട്ടിലേക്ക് ചെന്നു. എന്തോ തിരക്കിലായിരുന്ന മുതലാളി ഞാൻ കൊടുത്ത കടലാസ്സുകൾ വാങ്ങി അകത്തേക്ക് പോയപ്പോൾ അനുവാദം പോലും വാങ്ങാൻ നിൽക്കാതെ ഞങ്ങൾ വേഗം തിരികെ നടന്നു.

ഷേണായിച്ചേട്ടൻ നല്ല സന്തോഷവാനായി എനിക്കുതോന്നി. ആരോടെങ്കിലും അടുപ്പം തോന്നിയാൽ മാത്രമെ അദ്ദേഹം വീട്ടിലേക്ക് വിളിക്കാറുള്ളുവെന്നും കൂടുതൽ സംസാരിക്കാറുള്ളുവെന്നും വൃദ്ധൻ പറഞ്ഞു. ഞാനെഴുതിയകഥ മുതലാളിയിഷ്ടപ്പെടുമോയെന്ന സംശയം പ്രകടിപ്പിച്ചപ്പോൾ ഇഷ്ടപ്പെടാതെ തരമില്ലെന്ന് പറഞ്ഞെന്നെ സമാധാനിപ്പിച്ചു. ഷെഡ്ഡിലെത്തിയ

യുടൻ അദ്ദേഹം കഥയുടെ കോപ്പിയെടുത്തു വായിച്ചുതുടങ്ങി. വീപ്പമേൽ, വെറ്റിലചവച്ചു കൊണ്ടിരുന്നു ഞാനത് കേട്ടു.

ചുവന്ന പൂങ്കുലകൾ ഇടതൂർന്ന് നിൽക്കുന്ന ആ താഴ്വരയിൽ അതിർത്തി സംരക്ഷകരായി ഞങ്ങൾ ചുമതലയേൽക്കുമ്പോൾ ആ പ്രദേശം തീർത്തും സംഘർഷരഹിതമായിരുന്നു.

ആഴ്ചകൾ പിന്നിടവേ, ഈ പ്രദേശത്തെക്കുറിച്ച് പറഞ്ഞു കേട്ടിരുന്ന രക്തച്ചൊരിച്ചിലിന്റെ കഥകൾ ഏതോ കുബുദ്ധികളാൽ കെട്ടിച്ചമയ്ക്കപ്പെട്ടതാണോയെന്നുപോലും ഞാൻ സംശയിച്ചു തുടങ്ങിയിരുന്നു. കാവലും കരുതലും ഒട്ടും കുറവുവരുത്തിയിരുന്നില്ലെങ്കിലും പൊതുവേയൊരലസത പട്ടാളക്കാരെ പിടികൂടിയിരുന്നുവെന്ന് ഞാൻ മനസ്സിലാക്കി. കമാൻഡർ എന്ന നിലയിൽ ചെയ്യാൻ പാടില്ലാത്തതാണെങ്കിലും ചിലതൊക്കെ കണ്ടില്ലെന്ന് പലപ്പോഴും ഞാൻ ഭാവിച്ചു. കഴിഞ്ഞ അതിർത്തി ക്യാമ്പിൽ നിരന്തരം ശത്രുപക്ഷത്തോട് പൊരുതി വിജയം വരിച്ചെങ്കിലും മാനസികമായും ശാരീരികമായും ഏറെ തളർന്നിരുന്ന ഞാൻ അനിവാര്യമായൊരു വിശ്രമസ്ഥലമായി ഈ താഴ്വരയെ ഉൾക്കൊണ്ടു. അതുകൊണ്ടുതന്നെ താഴ്വരയുടെ മനോഹാരിത ആസ്വദിച്ച് ചുറ്റിത്തിരിയാൻ ഞാനേറെ നേരം ചിലവഴിച്ചു. പലപ്പോഴും സഹയാത്രികനായി കൂട്ടിയിരുന്നത് സമർത്ഥനും കുശാഗ്രബുദ്ധിയുമായ സരോവർസിങ്ങിനെയായിരുന്നു.

കീഴ് ജീവനക്കാരനെങ്കിലും സഹോദരതുല്യമായ ഒരടുപ്പമെനിക്കവനോടുണ്ടായിരുന്നു. ഈ താഴ്വരയിൽ വന്നശേഷം മുമ്പൊരിക്കലുമുണ്ടായിട്ടില്ലാത്തവിധം മൗനിയും ദുഃഖിതനുമായി അവനെ കാണപ്പെട്ടുതുടങ്ങിയത് എന്നിൽ ഏറെ അസ്വസ്ഥത സൃഷ്ടിച്ചു. അതിനൊരു മാറ്റം ഉദ്ദേശിച്ചുകൊണ്ടുകൂടിയാണ് ഞാനെപ്പോഴുമവനെ കൂടെക്കൂട്ടിയത്.

എനിക്കൊപ്പം നടക്കുന്നതിനിടയിൽ ചിലപ്പോഴവൻ പെട്ടെന്ന്, കണ്ണെത്താദൂരത്തോളം പരന്നുകിടക്കുന്ന ചുവന്ന പൂങ്കുലകൾ നോക്കി നിമിഷങ്ങളോളം നിശ്ചലനാകും. മേലുദ്യോഗസ്ഥന്റെ കാർക്കശ്യം ഭാവിക്കാതെ അവന്റെ കൈപിടിച്ചു ഞാൻ മുന്നോട്ടു നടക്കും. സരോവറിനോട് അപ്രകാരമൊരു സമീപനം കൈക്കൊള്ളാൻ എനിക്കു കാരണമുണ്ടായിരുന്നു. ഏറെ സംഘർഷവും വെടിയും പുകയുമുയർന്ന കഴിഞ്ഞ ക്യാമ്പിൽ, സംഘർഷത്തിന് മുൻപുള്ള സമാധാനകാലത്ത് ശത്രു പാളയത്തിൽനിന്നും സരോവർ ഒരു സുഹൃത്തിനെ സമ്പാദിച്ചു "യൂസഫ്

ഹാഷ്മി". ആകാരംകൊണ്ടും രൂപസാദൃശ്യം കൊണ്ടും സരോവറിന്റെ മറ്റൊരു പതിപ്പ്.

സമാധനകാലത്ത് എതിർസൈന്യത്തിലെ അംഗങ്ങളുമായി സൗഹൃദംഭാവിക്കലും സഹകരിക്കലുമൊന്നും അസാധാരണമല്ല. പരിമിതികൾക്കുള്ളിൽനിന്നുകൊണ്ടുള്ളതാണതെങ്കിലും ഉയർന്ന ഉദ്യോഗസ്ഥരുടെ നിരീക്ഷണ വലയത്തിനുള്ളിൽ തന്നെയായിരിക്കുമെല്ലാവരും. അതുകൊണ്ടു തന്നെ, സരോവറിന്റെ ഈ സൗഹൃദത്തിൽ പ്രത്യേകതയൊന്നുമെനിക്ക് തോന്നിയിരുന്നുമില്ല. അങ്ങനെയിരിക്കെ, തീരെ പ്രതീക്ഷിക്കാതിരുന്നൊരു സാഹചര്യത്തിലായിരുന്നു ശത്രുപക്ഷത്തു നിന്നും പടനീക്കം ആരംഭിച്ചത്. കമാൻഡറെന്ന നിലയിൽ, ഞാൻ സദാജാഗരൂകനായിരുന്നതുകൊണ്ട് എതിർനീക്കത്തിന് എന്റെ സൈന്യത്തിന് ഒട്ടും സമയം വേണ്ടിവന്നില്ല.

ശത്രുസൈന്യത്തിനുനേരെയുള്ള സാരോവറിന്റെ മുന്നേറ്റം പ്രശംസനീയം തന്നെയായിരുന്നു. എന്നാൽ, യൂസുഫ് ഹാഷ്മിയും സരോവറും പോർമുഖത്തു നേർക്കുനേർ വന്നപ്പോൾ തോക്കുകൾ താഴ്ത്തി ഇരുവരും പരസ്പരം മിഴിച്ചുനോക്കി നിൽക്കുന്നത് കണ്ടപ്പോൾ എന്നിലെ കർത്തവ്യബോധമുള്ള കമാന്റിംഗ് ഓഫീസർ ഉണർന്നു.

ഞാനുറക്കെയലറി. ഫയർ...!

ശത്രുമുന്നേറ്റത്തിനു മുന്നിൽ രാജ്യസ്നേഹിയായൊരു പട്ടാളക്കാരന് എന്റെയാജ്ഞ ധാരാളമായിരുന്നു. നിമിഷാർദ്ധത്തിൽ സരോവറിന്റെ തോക്ക് ഉയർന്നുതാഴുമ്പോഴേക്കും ആറോളം വെടിയുണ്ടകൾ അതിൽ നിന്നും പാഞ്ഞു കഴിഞ്ഞിരുന്നു. ഒട്ടും സമയംപാഴാക്കാതെ അടുത്ത ശത്രുവിനെത്തേടി സരോവർകുതിച്ചു. ആൾനാശമടക്കം കൂടുതൽ നഷ്ടങ്ങൾ നേരിട്ടത് ശത്രുസൈന്യത്തിനു തന്നെയായിരുന്നു. വിജയത്തിനു വേണ്ടിയക്ഷീണംയത്നിച്ച സരോവറിനെ പിന്നെയൊരിക്കലും പഴയ പ്രസരിപ്പോടെയും സന്തോഷവാനായും കാണാൻ കഴിഞ്ഞില്ല. ശത്രുപാളയത്തിൽ നിന്നുമുണ്ടായവെറുമൊരു സൗഹൃദനഷ്ടം സരോവറിനെ പോലെയുള്ളയൊരാളെ ഇത്രയധികം ഖിന്നനാക്കാൻ സാധ്യതയില്ലെന്നു ചിന്തിച്ച ഞാൻ സരോവറിനെ രഹസ്യമായി നിരീക്ഷിച്ചു തുടങ്ങി. ഒടുവിൽ, സരോവറിന്റെ സ്വകാര്യഡയറിയിൽ നിന്നുമാവലിയസത്യം ഞാൻ തിരിച്ചറിഞ്ഞു. വിഭജനകാലത്ത് ശത്രുരാജ്യത്തകപ്പെട്ടുപോയിരുന്നു സരോവറിന്റെ ഇളയച്ഛ

ൻ. അദ്ദേഹത്തിന്റെ മകനാണ്, ഞാൻ നൽകിയ ഉത്തരവിലൂടെ സരോവർവെടിവെച്ചു കൊന്ന യൂസഫ്ഹാഷ്മി. എങ്കിലുമാ രഹസ്യം ഞാൻ മനസ്സിലാക്കിയതായി സരോവറിനുമുന്നിൽ ഭാവിച്ചില്ല.

വേണമെങ്കിൽ ഒഴിവാക്കാമായിരുന്നു സരോവറിന്റെ തോക്കിൽനിന്നുപാഞ്ഞ ആ ആറുവെടിയുണ്ടകളെന്ന് ഒരു സൈനിക കമാൻഡർക്ക് ചേരാത്തതാണെങ്കിലും പലപ്പോഴും ഞാൻ ചിന്തിച്ചുവെന്നതാണ് വാസ്തവം. ഇക്കാരണങ്ങളൊക്കെകൊണ്ടുതന്നെയാണ് സരോവറിനോട് ഞാനൊരുമൃദുസമീപനം സ്വീകരിച്ചിരിക്കുന്നത്. ഈ താഴ്വരയിലെ ഒരുമിച്ചുള്ള യാത്രകളിൽ അവനെ അലോസരപ്പെടുത്താൻ ശ്രമിക്കാതെ ഞാനെന്റെചിന്തകളിൽ ഒതുങ്ങിക്കൂടി. അന്നൊരു ചൊവ്വാഴ്ച്ചയായിരുന്നു. തികച്ചും വിരസമായ ക്യാമ്പ് ജീവിതത്തിന് അല്പം നി"റം" പകരാൻ സരോവറിനെയും കൂട്ടി ഞാൻ പുറപ്പെട്ടു. കുറച്ചു ദൂരം പിന്നിട്ടു കഴിഞ്ഞപ്പോൾ പെട്ടെന്നവനൊരു കുന്നിൻമുകളിലേക്കോടിക്കയറി. വിശാലമായ പുഷ്പവിരിപ്പിലേക്ക് നോക്കിക്കൊണ്ടൊരു സൈദ്ധാന്തികനെപ്പോലെ പറഞ്ഞു. താഴ്വരയുടെ മനംമയക്കുന്നയീസൗന്ദര്യം, അതെത്രയാസ്വദിച്ചാലുമെനിക്കു മതിയാവില്ല... പക്ഷേ, ഈ പൂങ്കുലകൾ... ഇവക്കുവർണ്ണം നൽകാനെത്ര മനുഷ്യരുടെ ചോരവേണ്ടി വന്നിരിക്കാം..! മൗനിയായെന്നെ പിന്തുടർന്നിരുന്ന സരോവറിന്റെ പെട്ടെന്നുള്ള ഭാവമാറ്റം അത്ഭുതത്തോടെ ഞാൻ വീക്ഷിച്ചുനിൽക്കെ, കുന്നിറങ്ങിയോടി വന്നവൻ പറഞ്ഞു. വരൂ...സാബ്, നമുക്ക് മടങ്ങാം!

മടങ്ങുന്നതാണ് നല്ലതെന്ന് ആ സന്ദർഭത്തിലെനിക്കും തോന്നി. ഞങ്ങൾ തിരികെ നടന്നു. അല്പം മുന്നോട്ടു പോയിക്കഴിഞ്ഞപ്പോൾ പെട്ടെന്നു വഴിവക്കിൽ കണ്ടൊരു പൂങ്കുലയിൽ തലോടി സരോവർ നിന്നു. എനിക്കല്പം ബലം പ്രയോഗിക്കേണ്ടിവന്നു നിശ്ചലനായ അവനെ വീണ്ടും മുന്നോട്ടു നടത്താൻ. അപ്പോഴും പഴയ പടിയവൻ മൗനം തുടർന്നപ്പോഴവന്റെ മാനസിക നിലയിൽ കാര്യമായ തകരാറുള്ളതായി ഞാൻ സംശയിച്ചു. ഒരു പരീക്ഷണമെന്ന നിലയിൽ ഒഫീഷ്യലായ ചില കാര്യങ്ങൾ ഞാനവനോട് ചോദിച്ചു. പക്ഷേ, എന്റെ ചോദ്യങ്ങൾ കേട്ടതായിപ്പോലുമവൻ ഭാവിച്ചില്ല.

നഷ്ടപ്പെട്ട നിധി തിരയുംപോലെ താഴേക്ക് നോക്കിയവൻ നടപ്പ് തുടർന്നു. ഒരു സഹോദര വാത്സല്ല്യത്തോടെയവന്റെ

തോളിൽ തട്ടിക്കൊണ്ടു പറഞ്ഞു.

സരോവർ, നീയൊരു പട്ടാളക്കാരനാണ്!

എന്റെയാപ്രവൃത്തിക്കൊണ്ടുമവനിൽ മാറ്റം കാണാതെ വന്നപ്പോൾ അവനിഷ്ടപ്പെടുന്നുവെന്നെനിക്കു മനസ്സിലായ ചില വിഷയങ്ങളെക്കുറിച്ചും സംസാരിച്ചു. നിശബ്ദം കേട്ടുനടന്നതല്ലാതെയവൻ പ്രതികരിച്ചില്ല. വീണ്ടും ചുവന്ന പൂങ്കുലകളെ തഴുകി അവൻ നടക്കുന്നതു കണ്ടപ്പോൾ എനിക്കല്പം പരിഹാസമാണ് തോന്നിയത്. ഞാൻ പറഞ്ഞു.

'ഈ ചുവന്ന പൂങ്കുലകളിലൊന്നായി പുനർജ്ജനിക്കാനെനിക്കു കഴിഞ്ഞെങ്കിൽ!'

എന്തോ ഞെട്ടിക്കുന്ന കാര്യം കേട്ടതുപോലെ, പെട്ടെന്ന് സ്തബ്ദനായ അവനെ പിടിച്ചുലച്ചുണർത്തേണ്ടി വന്നുവെന്ന് തന്നെ പറയാം. അവനിൽ നിന്നും ഞാനെന്തോ പിടിച്ചെടുത്തതു പേലെയായിരുന്നു അടുത്ത അവന്റെ ചോദ്യം.

മനോഹർ സാബ്, എന്റെ സ്വപ്നങ്ങൾ താങ്കൾ കടമെടുത്തിരിക്കുകയാണോ...സ്വന്തമായെനിക്ക് സ്വപ്നങ്ങൾ പോലുമില്ലേ?

അതു പറയുമ്പോഴുള്ള സരോവറിന്റെ മുഖഭാവം എനിക്ക് നിർവചിക്കാൻ കഴിയാത്ത വിധം അപരിചിതമായിരുന്നു. സരോവർസിങ്ങെന്ന ഊർജ്ജസ്വലനായിരുന്ന പട്ടാളക്കാരൻ തന്റെ വ്യക്തിത്വവും കർത്തവ്യവും പൂർണമായും മറന്നു തുടങ്ങിയതായി ഞാൻ ഭയപ്പെട്ടു. തുടർന്നുള്ള നടപ്പിൽ, സരോവറിനെ വർത്തമാന കാലത്തിലേക്ക് മടക്കിക്കൊണ്ടു വരികയെന്നലക്ഷ്യത്തോടെ ഞാനെന്റെ നാട്ടിൽ പ്രചരിച്ചിരുന്ന സർദാർമാരെക്കുറിച്ചുള്ള ചിലമണ്ടൻ കഥകൾ അല്പം പ്രകോപനപരമായ നിലയിൽ ഉറക്കെ പറഞ്ഞുകൊണ്ടിരുന്നു. ഭാവഭേദം കൂടാതെയെല്ലാം കേട്ടുകൊണ്ടു നടന്ന അവനൊടുവിൽ മൗനം വെടിഞ്ഞു.

മനോഹർ സാബ്, നിങ്ങൾ, മലയാളികളുടെ ഭാവനാബോധം അംഗീകരിക്കാതെ വയ്യ, പക്ഷേ ഈ കഥകൾ നിങ്ങൾ, മലയാളികളെക്കുറിച്ച് ഞങ്ങളുടെ നാട്ടിൽ പ്രചാരത്തിലുള്ളവയാണ്! അങ്ങനെ പറഞ്ഞവൻ ഉറക്കെ ചിരിച്ചു. സരോവറിന്റെ നാട്ടിൽ അറിയപ്പെടുന്ന മണ്ടൻ കഥാപാത്രങ്ങളിൽ ഒരാളാണല്ലോ ഞാൻ എന്നോർത്തപ്പോൾ, എന്നിൽ കടന്നു കൂടിയ നീരസഭാവം മനസ്സിലാക്കിയെന്ന് തോന്നും വിധം സരോവർ പറഞ്ഞു.

സാബ് വിഷമിക്കേണ്ട, താങ്കളൊരു മലയാളിയാണെന്ന

കാര്യം ക്യാമ്പിൽ എനിക്കുമാത്രമേ അറിയൂ. ഞാനാരോടുമത് പറയുകയില്ല!

സാന്ദർഭികമായ അവന്റെ തമാശ കേട്ട് പൊട്ടിച്ചിരിക്കാതിരിക്കാൻ എനിക്ക് കഴിഞ്ഞില്ല. ആ ചിരിയിൽ എന്നോടൊപ്പം അവനും പങ്കു ചേർന്നപ്പോൾ അല്പം മുമ്പ് അവന്റെ മാനസിക നിലയെ സംശയിച്ചതിൽ എനിക്ക് ലജ്ജ തോന്നി. അവന്റെ ചിരിയുടെ അലയൊലി നിലയ്ക്കും മുൻപ് കാതുതുളക്കുന്നൊരു വെടിയൊച്ച അടുത്തെവിടെയോ നിന്നും മുഴങ്ങി. അകലെ, ഉയരത്തിൽ നിൽക്കുന്ന ചുവന്ന പൂങ്കുലകൾക്കിടയിൽ നിന്നും മൂളിപ്പറന്നുവന്നൊരു വെടിയുണ്ട അവന്റെ വീതിയേറിയ നെഞ്ചുതുളച്ചു കടന്നുപോയി. പ്രത്യാക്രമണത്തിനൊപ്പം സുരക്ഷിതസ്ഥാനം കണ്ടെത്തേണ്ട സാഹചര്യം കൂടിയായിരുന്നു എനിക്കു മുന്നിലപ്പോൾ ഉണ്ടായിരുന്നത്. എന്റെ തോക്കിലെ അവസാന നിറയുമൊഴിച്ച് രണ്ടും കൽപിച്ച് ഓടിയെത്തുമ്പോഴേക്കും ഞാൻ കടമെടുത്ത അവന്റെ സ്വപ്നം പോലെ സരോവറിന്റെ ആത്മാവ് താഴ്വരയിലെ നിത്യവസന്തത്തിൽ വിലയം പ്രാപിച്ചുകഴിഞ്ഞിരുന്നു.

കൊതുക് നിവാരിണി

ഷേണായി കഥ വായിച്ചിരിക്കുമ്പോൾ ഞാൻ താഴെക്ക് നോക്കി നിശ്ചലമിരിക്കുകയായിരുന്നു. മുതലാളി പറഞ്ഞകഥ, കേട്ടപ്പോഴാ, അതെഴുതുമ്പോഴോ ആയിരുന്നില്ല, വായിച്ചു കേട്ട പ്പോഴാണ് അതിന്റെ ഉൾക്കാമ്പും വേദനയുമെല്ലാമെന്നിലേക്ക് സന്നിവേശിച്ചതെന്ന് തോന്നി. ഒരു തളർച്ചയുണ്ടായതു പോലെ ഞാൻ മേശമേൽ കിടന്നു. പതിവിനുവിപരീതമായി കഥയെക്കു റിച്ച് ഗുണമോ ദോഷമോ പറയാതെ ഷേണായി പുറത്തേക്ക് നോക്കിയിരുന്നു. വൃദ്ധന് ഒരഭിപ്രായവും പറയാനില്ലാത്ത ഈ കഥ മുതലാളിക്കിഷ്ടപ്പെടുമോയെന്നൊരാകുലത അപ്പോഴെ ന്നെ പിടി കൂടിയിരുന്നു.

ആ കിടപ്പിലെപ്പോഴോ ഞാനുറങ്ങിപ്പോയിട്ടുണ്ടാകണം, ഉണരുമ്പോൾ കനത്ത അന്ധകാരവും നിശബ്ദതയും മാത്രമാ യിരുന്നു എനിക്ക് ചുറ്റും. സാവധാനമെഴുന്നേറ്റ് തീപ്പെട്ടി തപ്പി യെടുത്ത് മണ്ണെണ്ണ വിളക്ക് കൊളുത്തി. വൃദ്ധനവിടെയുണ്ടായി രുന്നില്ല. കുറച്ച് കട്ടൻ ചായയുണ്ടാക്കിക്കുടിച്ചു കൊണ്ടു വളരെ നേരമാലോചിച്ചിരുന്നു. എന്റെ ചിന്തയിലപ്പോൾ കടന്നു വന്നത് ഷേണായിച്ചേട്ടനെയുറങ്ങാൻ അനുവദിക്കാത്ത കൊതുകുക ളെക്കുറിച്ചായിരുന്നു. കുറഞ്ഞ രീതിയിലെങ്കിലും ഇലക്ട്രോണി ക്സിൽ പഠനം നടത്തിയിട്ടുള്ള ഞാൻ മനസ്സിൽ ചില പദ്ധതി കൾ രൂപപ്പെടുത്തി. ഇലക്ട്രോണിക് സംവിധാനത്തിൽ, കൊതു കുകളെ ആകർഷിച്ചു പിടിക്കാൻ കഴിവുള്ള ഒരു യന്ത്രം രൂപ പ്പെടുത്തി, അവറ്റകളിൽ നിന്നും, വൃദ്ധനെ മോചിപ്പിക്കുന്നതി നെക്കുറിച്ച് ഞാൻ ഗഹനമായി ആലോചിച്ചു. അതിനായി ചി ലസാധന സാമഗ്രികൾ വാങ്ങേണ്ടതായുണ്ട്. എന്റെ കണക്കു പ്രകാരം രണ്ടു മാസത്തെ ശമ്പളമെങ്കിലും വേണ്ടിവരും അവ യെല്ലാം തരപ്പെടുത്താൻ. ഏതായാലും വൃദ്ധനോട് ഇപ്പോഴതേ ക്കുറിച്ചു ഒന്നും തന്നെ പറയേണ്ടെന്ന് തീരുമാനിച്ചു. ഓർക്കാ

പ്പുറത്ത്, അദ്ദേഹത്തിനു നൽകുന്നൊരു വിശിഷ്ട സമ്മാനമായി ആ കൊതുകുപിടിയൻ യന്ത്രത്തെ സ്വപ്നം കണ്ടുകൊണ്ട് ഞാൻ വീണ്ടും കിടന്നു. മുതലാളി സദയം എനിക്കനുവദിച്ചുതന്ന രണ്ടു ദിവസങ്ങൾ കഴിഞ്ഞെന്നും ഇന്ന് പണിക്കിറങ്ങിയില്ലെങ്കിൽ ജോലി തന്നെ നഷ്ടമായേക്കുമെന്നുപോലും ചിന്തിക്കാതെ ഉണർന്നിട്ടും ഞാനതേകിടപ്പ് തുടർന്നു. എന്തിന്റെ ഭാരമാണെന്നെ ബാധിച്ചിരിക്കുന്നതെന്ന് തിരിച്ചറിയാൻ കഴിയുന്നില്ല.

സമയമിപ്പോൾ പത്തുമണിയെങ്കിലുമായിട്ടുണ്ടാകുമെന്ന് ഞാൻ കണക്കുകൂട്ടി.വീണുകിടക്കുന്നറബർ ചുള്ളികളെയും കരിയിലകളെയും ചവിട്ടിയമർത്തിക്കൊണ്ട് ഷേണായിവരുന്നുണ്ടെന്ന് മനസ്സിലായത് ഒരു കാൽസ്വാധീനക്കുറവുള്ള അദ്ദേഹം നടക്കുമ്പോഴുണ്ടാകുന്ന ശബ്ദവ്യത്യാസത്തിൽ കൂടിയാണ്. അപ്പോഴും ഞാനെഴുന്നേൽക്കാൻ ശ്രമിച്ചില്ല. കടന്നുവന്ന വൃദ്ധൻ വലിയ ആഹ്ലാദത്തിലാണെന്ന് തോന്നും വിധം എന്നെ പിടിച്ചുയർത്തി എഴുന്നേൽപ്പിക്കാൻ ശ്രമിക്കുകയും ഉറക്കെ ചിരിക്കുകയും ചെയ്തു. ഞാനെഴുന്നേറ്റു മിഴിച്ചിരുന്നപ്പോൾ വൃദ്ധൻ പറഞ്ഞു.

കുഞ്ഞ് രക്ഷപെട്ടെന്ന് തോന്നുന്നു..!

അതെന്താണങ്ങനെ? ഞാനത്ഭുതത്തോടെ ചോദിച്ചു.

രാവിലെ പതിനൊന്ന് മണിയാകുമ്പോൾ കുഞ്ഞിനോട് വീട്ടിലേക്ക് ചെല്ലാൻ മുതലാളി പറഞ്ഞു.

യ്യോ, അതെന്തിനാ? എന്റെ ജോലി നഷ്ടപ്പെട്ടന്നുറപ്പിച്ചുകൊണ്ടു തന്നെയായിരുന്നു എന്റെയാ ചോദ്യം.

അതറിയില്ല, പക്ഷേ മുതലാളി നല്ല സന്തോഷത്തിലാണെന്ന് മനസ്സിലായി!

അതെങ്ങനെ?

അടക്കാൻ കഴിയാത്തയെന്റെ ആകാംക്ഷ കണ്ടിട്ടായിരിക്കണം ഷേണായി പറഞ്ഞു.

കുഞ്ഞേ, കൂടുതലൊന്നുമെനിക്കറിയില്ല. മുതലാളി രാവിലെയെന്നെ തിരഞ്ഞുവന്നാണ് കുഞ്ഞിനോടങ്ങോട്ട് ചെല്ലണമെന്ന് പറയാൻ പറഞ്ഞത്. വൃദ്ധന്റെ ഭാവം കണ്ടപ്പോൾ ഏതായാലുമെന്റെ ജോലിനഷ്ടപ്പെടാനിടയില്ലെന്ന് തോന്നിയത് അല്പമാശ്വാസത്തിനുകാരണമായി.

ഇപ്പോൾ സമയമെന്തായി ചേട്ടാ?

പത്തുകഴിഞ്ഞിട്ടുണ്ടാകും കുഞ്ഞേ.!

എന്നാൽ ഞാനിതാവരുന്നു... ചേട്ടൻ പോയിക്കളയരുത്!

ഞാൻ സോപ്പും തോർത്തുമെടുത്ത് പുഴയിലേക്ക് നടക്കുമ്പോൾ വൃദ്ധൻ വിളിച്ചു പറഞ്ഞു.

അധികം വൈകണ്ട കുഞ്ഞേ... അദ്ദേഹം വലിയ കണിശക്കാരനാ..!

ഞങ്ങൾ ചെല്ലുമ്പോൾ മുതലാളി തന്റെ "രാജ്ദൂത്" ബൈക്ക് തുടച്ചുമിനുക്കി നിൽക്കുകയായിരുന്നു. വാച്ചിൽനോക്കിയിട്ടു പറഞ്ഞു. ഇതാണുവേണ്ടത്. കൃത്യത... പ്രത്യേകിച്ച് സമയകൃത്യത..!

സാഹചര്യം നല്ലതാണെന്നു തോന്നിയത് കൊണ്ടാകണം, ഷേണായിച്ചേട്ടനൊരു "ലോഹ്യം" ചോദിച്ചു.

മുതലാളി രാവിലെ യാത്രക്കാണെന്ന് തോന്നുന്നല്ലോ? ആ ചോദ്യം കൊണ്ടൊരു ഗുണമുണ്ടായി. മുതലാളി ചിരിക്കുന്നത് വീണ്ടും കാണാൻ കഴിഞ്ഞു. ശേഷമുള്ള മറുപടി ഞങ്ങളിരുവരെയും അത്ഭുതപ്പെടുത്തുന്നത് കൂടിയായിരുന്നു.

ഞാൻ മാത്രമല്ല, ഷേണായിച്ചേട്ടാ... ചേട്ടന്റെ "കുഞ്ഞിനെ" കൂടി ഞാൻ കൊണ്ടു പോകുകയാണ്.

അതുപറഞ്ഞദ്ദേഹം അകത്തുപോയി ഒരുഹാൻഡ് ബാഗെടുത്തുകൊണ്ടു വന്ന് ബൈക്കിന്റെ ഹാന്റിലിൽ കൊളുത്തി പെട്രോൾടാങ്കിനു മുകളിൽവെച്ചു. കയറി ബൈക്ക് സ്റ്റാർട്ട് ചെയ്തശേഷം പിന്നിൽ കയറാനെന്നോട് മുതലാളി പറഞ്ഞത് അമ്പരപ്പോടെയാണ് വൃദ്ധൻ കേട്ടുനിന്നത്.

സ്റ്റാർട്ടുചെയ്തു നിർത്തിയിരിക്കുന്ന ബൈക്കിൽ കയറാൻ മടിച്ചു ഞാൻ നിന്നപ്പോൾ വൃദ്ധനെന്റെ തോളിൽതട്ടി കയറാനുള്ള സൂചന തന്നു. മുതലാളിക്ക് അക്ഷമയുണ്ടാകാതിരിക്കാനുള്ള നടപടിയാണതെന്ന് മനസ്സിലാക്കി വേഗം ബൈക്കിനു പിന്നിൽ കയറി.

കുറച്ചകലെയെത്തി ഞാൻ തിരിഞ്ഞുനോക്കുമ്പോഴും ഷേണായിച്ചേട്ടൻ അവിടെത്തന്നെ നിൽക്കുകയായിരുന്നു. ബൈക്ക് ചെന്നു നിന്നത് നഗരമധ്യത്തിലുള്ള ഒരു വലിയ കെട്ടിട സമുച്ചയത്തിനു മുന്നിലായിരുന്നു. ധാരാളം സ്ഥാപനങ്ങൾ അവിടെ പ്രവൃത്തിക്കുന്നുമുണ്ട്. സ്റ്റെപ്പുകൾ കയറി ഓഫീസ് എന്നു തോന്നിക്കുന്നൊരു മുറിയിലേക്കദ്ദേഹം കടന്നു. അല്പം കഴിഞ്ഞു ഓഫീസ് സ്റ്റാഫ് എന്നു തോന്നിക്കുന്നൊരു പെൺകുട്ടി വന്ന് പുറത്തു നിന്നിരുന്നയെന്നെ അകത്തേക്ക് വിളിച്ചു.

ഞാൻകടന്നുചെല്ലുമ്പോൾ മുതലാളി മറ്റൊരാളോട് സംസാരിച്ചിരിക്കുകയായിരുന്നു. തനിക്കരുകിലുള്ള കസേര ചൂണ്ടി അതിലിരിക്കാൻ മുതലാളി പറഞ്ഞപ്പോൾ സ്വപ്നം കാണുന്നത്പോലെയാണനുഭവപ്പെട്ടത്. ഞാനിരുന്നു.

ആദ്യമവിടുണ്ടായിരുന്നയാൾ പറഞ്ഞു.

ഞാൻ ഫിലിം ഡയറക്ടർ സത്യനേശൻ,

താനീ മനോഹരന്റെയൊരു പട്ടാളക്കഥയെഴുതിയത് വായിച്ചു. രചനക്കുള്ള ക്രാഫ്റ്റ് തനിക്കുണ്ടെന്ന് മനസ്സിലായി!

ഈ സമയത്ത് ജ്യൂസ് നിറച്ച ഗ്ലാസുകളുമായി ആദ്യം കണ്ട പെൺകുട്ടി വന്ന് മേശമേൽ വെച്ചിട്ടുപോയി. എന്നോട് ജ്യൂസ് കുടിക്കാൻ പറഞ്ഞിട്ട് ഗ്ലാസ് കയ്യിലെടുത്തുകൊണ്ട് അദ്ദേഹം തുടർന്നു. ഞാനും മനോഹരനും ചേർന്ന് ഒരു സിനിമ ചെയ്യാൻ പദ്ധതിയുണ്ട്. വിഷയം തന്നാൽ തനിക്ക് തിരക്കഥയെഴുതാമോ? അദ്ദേഹം ചോദിച്ചുനിർത്തി. ജ്യൂസ് കുടിച്ചു തുടങ്ങിയപ്പോൾ കേട്ടത് വിശ്വസിക്കാൻ കഴിയാതെ മിഴിച്ചിരുന്നുപോയി ഞാൻ.

സമയം കുറച്ചായിട്ടും മിണ്ടുന്നില്ല ഞാനെന്നുകണ്ടപ്പോൾ മുതലാളി എന്റെ പുറത്ത് ചെറുതായൊന്നു തട്ടിക്കൊണ്ടു പറഞ്ഞു.

ഡേയ്, വചനാ... തന്നോടാണ് ചോദ്യം!

പെട്ടെന്ന് ഞാനെഴുന്നേറ്റു നിന്നു. അത്... മുതലാളി... അല്ല, പിന്നെ... സാർ...

ചോദ്യത്തിനുത്തരം പറയാൻ കഴിയാതെ ഞാനെന്തൊക്കെയോ പിച്ചുംപിഴയും പറഞ്ഞു നിന്നു വിയർത്തു.

ഷോക്കാകാൻ വേണ്ടി ഞങ്ങളൊന്നും പറഞ്ഞില്ലല്ലോ..!

സത്യനേശൻ സാർ കളിയാക്കുംപോലെ പറഞ്ഞിട്ട് മുതലാളിയെ നോക്കി. അത്, സത്യാ... കാര്യം പറഞ്ഞിട്ടല്ല ഞാനിയാളെ കൂട്ടി വന്നത്... പെട്ടന്നങ്ങനെ കേട്ടതുകൊണ്ടുണ്ടായ പരിഭ്രമമാണ്... എനിക്കുറപ്പുണ്ട്. ഇയാൾക്കതു കഴിയുമെന്ന്... കാരണം, ഞാൻ പറഞ്ഞ ചില ചുരുങ്ങിയ സംഗതികൾ വെച്ച് ഞാനനുഭവിച്ച അതേയവസ്ഥ എഴുതിയുണ്ടാക്കാനിയാൾക്ക് കഴിഞ്ഞു. എനിക്കുറപ്പാണ് നമ്മുടെ പടത്തിന് നമ്മൾ വിചാരിച്ചത്പോലെ തന്നെ ഇയാൾ തിരക്കഥയെഴുതും!

എനിക്കും ഡയറക്ടർക്കും ആത്മവിശ്വാസം നൽകുംവിധം മുതലാളി സംസാരിച്ചപ്പോൾ രണ്ടു ദിവസങ്ങൾക്കുമുൻപ് എനിക്കുവേണ്ടി മുതലാളിക്കു മുന്നിൽ ഷേണായിച്ചേട്ടൻ വാദിച്ച രം

ഗമാണ് ഓർമ്മവന്നത്. മുതലാളിയുടെ ആ സംസാരം ഒരുറച്ച തീരുമാനത്തിൽ സംവിധായകനെ എത്തിക്കാൻ പര്യാപ്തമായിരുന്നു.

അദ്ദേഹം ഇരിക്കാൻ എന്നോടാവശ്യപ്പെട്ടു.

അപ്പോഴേക്കും ഞാനെത്തിപ്പെട്ട സാഹചര്യവുമായി പൊരുത്തപ്പെട്ടു തുടങ്ങിയിരുന്ന മനസ്സ് വലിയ സങ്കോചം കൂടാതെ ഇരിക്കാനെന്നെ പ്രേരിപ്പിച്ചു. ഞാനിരുന്നു കഴിഞ്ഞപ്പോൾ സത്യനേശൻ സാർ മേശവലിപ്പ് തുറന്ന് ഫയലിൽ നിന്നും ഒരു കടലാസെടുത്ത് എനിക്കു നൽകി. അതിലേക്ക് നോക്കി ഞാനിരിക്കുമ്പോൾ അദ്ദേഹം പറഞ്ഞു.

ഇതാണ് വൺലൈൻ... തന്റെ ഭാവനകൊണ്ടു വേണമിതിന് ജീവൻ കൊടുക്കേണ്ടത്!

കുറഞ്ഞ വരികളിൽ ഒരാശയം നൽകിയിട്ട് മൂന്നു പോയിന്റുകൾ പ്രത്യേകം അടയാളപ്പെടുത്തിയിരിക്കുന്ന ആ കടലാസ് ഓടിച്ചൊന്നു നോക്കിയപ്പോൾത്തന്നെ കഥയുടെ ഒരു ഏകദേശ രൂപം എന്റെ മനസ്സിൽ വന്നുകഴിഞ്ഞിരുന്നു. തിരക്കഥയാക്കാൻ അത്രയൊന്നും ക്ലേശിക്കേണ്ടിവരില്ലെന്ന് എന്റെ മുഖഭാവത്തിൽ നിന്നും മനസ്സിലാക്കിയതുപോലെ അദ്ദേഹം പറഞ്ഞു.

വചനവിദ്യൻ, സിനിമ വളരെ റിസ്ക്കുള്ള വലിയൊരു ടീം വർക്കാണ്. ആ ടീമിലൊരംഗമാണ് താനിപ്പോൾ... അതായത്, സംവിധായകൻ, നിർമ്മാതാവ് എന്ന രണ്ടു പേരെപ്പോലെതന്നെ അർപ്പണ മനോഭാവം കൂടുതൽ കാണിക്കേണ്ടവരിൽ ഒരാൾ. തിരക്കഥ നന്നല്ലെങ്കിൽ എല്ലാം അവിടെക്കഴിഞ്ഞു. അദ്ദേഹം പറഞ്ഞത് കേട്ടു ഞാൻ നിശബ്ദമിരുന്നപ്പോൾ മുതലാളി ചോദിച്ചു.

സത്യൻ പറഞ്ഞതിനെക്കുറിച്ച് തനിക്കെന്തു തോന്നുന്നു?

പെട്ടെന്ന് ജന്മസിദ്ധമായൊരു പൊട്ടത്തരമാണെന്റെ നാവിൽ നിന്നും പുറത്ത് വന്നത്. സിനിമയെന്നാൽ ഒരു ഓട്ടോറിക്ഷ പോലെയാണെന്നാണ് ഇപ്പോഴെനിക്കു തോന്നുന്നത്!

ങേ... ഓട്ടോറിക്ഷ പോലെയോ?

മുതലാളി ഞെട്ടിയതുപോലെ തോന്നിച്ചു. ഞാൻ മുഖം കുനിച്ചു. അബദ്ധമായി! തിരിച്ചെടുക്കാൻ പറ്റാത്ത ആ വാക്കുകൾ എന്നെ സ്വയം പൊള്ളിച്ചു. സ്വന്തം നാട്ടിൽ കലുങ്കിനുമേൽ ഒപ്പമിരുന്നു സൊറപറയുന്ന കൂട്ടുകാരല്ല മുന്നിലിരിക്കുന്നതെന്ന് നാവുയർത്തുംമുൻപ് ഞാനോർക്കണമായിരുന്നു. ഇപ്പോൾ ഓർക്കാ

പ്പുറത്ത് കൈവന്ന മഹാഭാഗ്യം നിമിഷാർദ്ധത്തിൽ സ്വയം തട്ടിത്തെറിപ്പിച്ചതുപോലെയായി.

അതെന്താ താനങ്ങനെ പറഞ്ഞത്...?

മുതലാളി പരുഷമായി ചോദിച്ചു.

അത്... അല്ല ഞാൻ ചിന്തിച്ചത്... പ്രധാനമായും മൂന്നുവീലുകളാണല്ലോ... ഓട്ടോറിക്ഷക്ക്... മറ്റുഭാരമെല്ലാം താങ്ങുന്നത് ആ വീലുകളാണല്ലോ... എന്നോർത്തപ്പോ...

ഞാൻ പറഞ്ഞൊപ്പിക്കാൻ ശ്രമിച്ചു. പെട്ടന്ന് ഡയറക്ടർ ഉറക്കെചിരിച്ചുകൊണ്ടുപറഞ്ഞു.

മനോഹരാ... നമുക്കിതുറപ്പിക്കാം...ഇപ്പോഴെനിക്ക് കൂടുതൽ പ്രതീക്ഷ ഇയാളിലുണ്ട്... വചനന്റെ ഈ മൈന്റ് നമ്മുടെ കഥക്ക് ഗുണം ചെയ്യും...!

അതു കേട്ടപ്പോൾ എനിക്കുമാത്രമല്ല, മുതലാളിക്കും ആശ്വാസമായെന്ന് അദ്ദേഹത്തിന്റെ മുഖഭാവത്തിൽ നിന്നും വായിച്ചെ

ടുക്കാൻ കഴിഞ്ഞു. എന്തോ ആലോചിച്ച് അൽപ്പ നേരമിരുന്ന ശേഷം വീണ്ടും ഫയലിൽ നിന്നും കുറച്ചു കടലാസുകൾ കൂടിയെടുത്തെനിക്കു നൽകിക്കൊണ്ട് അദ്ദേഹം പറഞ്ഞു.

ഇതെന്റെ കഴിഞ്ഞപടത്തിന്റെ തിരക്കഥയുടെ ഭാഗമാണ്.

തനിക്കു "മോഡൽ" ആവശ്യമുണ്ടങ്കിൽ ഇതു ഉപയോഗിക്കാം!

എനിക്കത് വളരെ സന്തോഷമായി. അദ്ദേഹത്തോട് മോഡൽ ചോദിക്കുന്നത് അബദ്ധമാകുമോയെന്ന ശങ്കയിലായിരുന്നു ഞാൻ. കാരണം, തിരക്കഥാ മാതൃക ഞാൻ മുൻപ് കണ്ടിട്ടുണ്ടായിരുന്നില്ല. എന്നെ കുഴക്കിയ ഒരുപ്രധാന പ്രശ്നമാണ് അദ്ദേഹം സ്വയമറിഞ്ഞു പരിഹരിച്ചത്. അദ്ദേഹം തുടർന്നു.

വചനാ.. ആദ്യം താനിതിന്റെ "കഥ"യെഴുതുമല്ലോ.. അതെന്നെയൊന്ന് കാണിച്ചിട്ട് തിരക്കഥയിലേക്ക് കടന്നാൽ മതീ... കോമഡി മിക്സിങ്ങിന്റെ സാധ്യതയറിയാനാ..!

പെട്ടന്നു ഞാൻ പറഞ്ഞു. വിഷയം കിട്ടിയപ്പോൾത്തന്നെ തിരക്കഥ മനസ്സിൽ രൂപപ്പെട്ടു കഴിഞ്ഞു സാർ. അതിൽ കോമഡിക്കുള്ള സ്പെയ്സും കൂടുതലാണ് സാർ..!

എങ്കിൽതാനാ കഥയൊന്നു പറഞ്ഞേ..!

മുതലാളിയാണതാവശ്യപ്പെട്ടത്. ഡയറക്ടർ പറഞ്ഞു.

അത് ശരിയാ മനോഹരാ.. അപ്പോൾ പിന്നെ, കുറച്ചധികം സമയം നഷ്ടപ്പെടില്ല. നമ്മുക്ക് പുറത്തുപോയി സംസാരിക്കാം!

ഡയറക്ടർക്കു പിന്നാലെ ഞങ്ങളും പുറത്തേക്കിറങ്ങി. കുറച്ചകലെയുള്ളൊരു പാർക്കിനു സമീപം കാർനിർത്തി പുറത്തിറങ്ങുമ്പോൾ ഡയറക്ടർ പറഞ്ഞു. താനുദ്ദേശിച്ച കോമഡി സഹിതം കഥവിശദമായിപ്പറയേണ്ടിവരും..! അതിനു ഞാൻ മറുപടി പറഞ്ഞില്ല. സിമന്റു ബെഞ്ചിലവരിരുവരുമിരുന്നു. അവർക്കഭിമുഖമായി ഞാൻ പുൽത്തകിടിയിലും.

സാർ.. കഥ തുടങ്ങുന്നത്, ഓടിക്കൊണ്ടിരിക്കുന്ന ഒരു ചരക്കു ലോറിയുടെ മുകളിൽക്കിടക്കുകയായിരുന്നൊരു യുവാവ് പെട്ടെന്നെഴുന്നേറ്റ് വിജനമായൊരു പ്രദേശത്തെ കാട്ടുപൊന്തക്കിടയിലേക്ക് എടുത്തുചാടി മരക്കൂട്ടങ്ങൾക്കിടയിൽ മറയുന്നു. ഈ സമയം പിന്നാലെ ഓടിവരുന്നൊരു പോലീസ് ജീപ്പ് ഓവർട്ടേക്ക് ചെയ്ത് ലോറിതടഞ്ഞു പരിശോധിക്കുന്നു. ശേഷം പോലീസുദ്യോഗസ്ഥർ നിരാശരായി തിരികെ പോകുന്നു. ലോറി വീണ്ടും മുന്നോട്ടുപോകുമ്പോൾ അടുത്ത വളവിൽ നിന്ന ആ

യുവാവ് ലോറിക്കു പിന്നാലെ ഓടി വീണ്ടും കയറി നിശ്ചലനായി കിടക്കുന്നു. ഇതൊന്നുമറിയാതെ ബീഡി വലിച്ചു പുകവിട്ടുകൊണ്ട് ഡ്രൈവർ ഓടിച്ചു പോകുന്നു. കഥയും തിരക്കഥയും കുഴച്ചു മറിച്ച് ഞാനിങ്ങനെ ഏകദേശം അരമണിക്കൂറോളം പറഞ്ഞുകഴിഞ്ഞപ്പോൾ സത്യനേശൻസാർ കയ്യുയർത്തി നിർത്താൻ അടയാളം തന്നു. തല പിന്നിലേക്ക് ചരിച്ചു കണ്ണുകളടച്ച് ആലോചിച്ചിരുന്നു. അല്പം കഴിഞ്ഞുനിവർന്നിരുന്നു കൊണ്ട് ചോദിച്ചു.

തനിക്കു ക്ളൈമാക്സ് കിട്ടിയോ?

കിട്ടി സാർ! ഞാൻ പറഞ്ഞു.

എന്താണത് ?

ആ ചോദ്യം മുതലാളിയുടേതാണ്. ഞാൻ ക്ളൈമാക്സ് പറഞ്ഞു. കേട്ടു കഴിഞ്ഞപ്പോൾ ഡയറക്ടർ പറഞ്ഞു. എങ്കിലൊട്ടും വൈകണ്ടാ.. എഴുതിത്തുടങ്ങിക്കോ.. ഓഫീസിനു മൂന്നുമുറികൾക്കപ്പുറമുള്ള, റൂംനമ്പർ ഇരുന്നൂറ്റിപ്പതിനെട്ട് തനിക്കുപയോഗിക്കാം. സഹായത്തിനായി ഒരു പയ്യനെ ഏർപ്പാടാക്കിയേക്കാം!

പിന്നെ മുതലാളിയോടായിപ്പറഞ്ഞു. വചനന് ഇപ്പോഴാവശ്യമുള്ള രൂപ കൊടുത്തേക്കൂ മനോഹരാ!

മുതലാളി ബാഗ് തുറന്ന് ഒരു നോട്ട് കെട്ടെടുത്തെനിക്കു നീട്ടി. പെട്ടെന്നുള്ള ഈ സംഭവം ഉൾക്കൊള്ളാൻ കഴിയാതെ മരവിച്ചിരുന്നുപോയി. ഓർക്കാപ്പുറത്ത്, എല്ലാസൗകര്യങ്ങളും ലഭിക്കുന്നൊരു സിനിമാക്കാരനായിത്തീർന്നിരിക്കുന്നു. ഒരു സ്വപ്നം കണ്ടു ഞെട്ടിയുണർന്നവനെപ്പോലെ മുതലാളിയുടെ കയ്യിലിരുന്ന നോട്ടുകെട്ടിലേക്ക് നോക്കി മിഴിച്ചിരുന്നുപോയി ഞാൻ.

അൽപ നേരത്തിനു ശേഷം പിടഞ്ഞുണർന്ന് എഴുന്നേറ്റുനിന്നാ പണം കയ്യിൽ വാങ്ങുമ്പോൾ വലത് കയ്യുടെ വിറയൽ നിയന്ത്രിക്കാൻ ഇടതു കൈകൊണ്ടു പിടിക്കേണ്ടിവന്നുവെനിക്ക്.

അപ്പോൾ നമുക്കു മടങ്ങാം...? ചോദിച്ചുകൊണ്ട് സംവിധായകനെഴുന്നേറ്റു. അപ്പോഴാണ് കാര്യബോധത്തിലേക്ക് ഞാനുണർന്നത്.

സാർ!

അത് നിന്നു പരുങ്ങാതെ താൻ കാര്യംപറ!

മുതലാളി അക്ഷമനായി.

സാർ തിരക്കഥ ഞാനെഴുതാം... അതും നല്ല നിലയിൽത്തന്നെ.. പക്ഷെ..!

എന്താണ് പക്ഷെ?

സത്യനേശൻ സാറും ആകാംക്ഷയിലായി.

ഒരു മുറിയിലടച്ചു മൂടിയിരുന്ന് എനിക്കെഴുതാൻ കഴിയില്ല സാർ!

പിന്നെങ്ങനെ വേണം?

മുതലാളിയുടെയാ ചോദ്യത്തിലെ പാരുഷ്യം തിരിച്ചറിഞ്ഞ ഞാൻ കൂടുതൽ വിനയാന്വിതനായി. ഒരു പട്ടാള ഉദ്യോഗസ്ഥനായിരുന്ന അദ്ദേഹത്തെ അതേ ബഹുമാനം നൽകി ഞാനൊരു നയതന്ത്രജ്ഞനായി.

ക്ഷമിക്കണം, കമാന്റർസാബ്... എനിക്കിരുന്നെഴുതാൻ ഏറ്റവും അനുയോജ്യമായ സ്ഥലം സാബിന്റെ റബർ തോട്ടവും ആ ഷെഡ്ഡുമാണ്!

സംവിധായകൻ ചിരിച്ചുകൊണ്ടു പറഞ്ഞു.

അതാണിയാൾക്കിഷ്ടമെങ്കിൽ അങ്ങനെയായിക്കോട്ടെ മനോഹരാ... ഭാവന കാട്ടിൽ നിന്നാണ് വരുന്നതെങ്കിൽ, അവിടുന്നുതന്നെ വരട്ടെ!

അതു കേട്ട മുതലാളിയും ചിരിച്ചപ്പോഴെനിക്ക് വലിയ ആശ്വാസമായി. ആ പച്ചപ്പിൽ ഞാനൊരു കാര്യംകൂടി അറിയിച്ചു.

കമാന്റർ സാബ്, എഴുതാനും മറ്റുമുള്ള കുറച്ചു സാധനങ്ങൾ വാങ്ങണം, അതിനായി ഞാൻ പിന്നീട് വരുന്നതാവും നല്ലത്... അല്ലേ?

എന്റെയാചോദ്യ സംശയത്തിന് അല്പാലോചനക്ക് ശേഷം മുതലാളി മറുപടി പറഞ്ഞു. താൻ സാധനങ്ങളും വാങ്ങി ഓഫീസിലെത്തിയാൽ മതി... ഞങ്ങളങ്ങോട്ട് പോകാം. ഒരുപാട് വൈകണ്ട!

അവർ കാറിൽക്കയറി പോയ്ക്കഴിഞ്ഞപ്പോൾ ഇലക്ട്രോണിക് പാർട്സുകൾ വിൽക്കുന്ന കട തിരഞ്ഞു ഞാൻ പോയി. യഥാർത്ഥത്തിൽ, എഴുതുന്നതിന് കാടും മേടും തന്നെ വേണമെന്ന വലിയ നിർബന്ധമൊന്നുമെനിക്കില്ല. ഏകാഗ്രത ലഭിക്കാൻ അതു കൂടുതൽ ഉപകാരപ്പെടുമെന്നു മാത്രം. സത്യനേശൻ സാർ പറഞ്ഞ മുറി ഞാനൊഴിവാക്കിയതിന് രണ്ടു കാരണങ്ങൾ മാത്രമേ അപ്പോഴെനിക്കുണ്ടായിരുന്നുള്ളു. ഷേണായിച്ചേട്ടനെ വിട്ടുമാറി നിൽക്കാൻ എനിക്കു കഴിയുമായിരുന്നില്ല. കുഞ്ഞേ... എന്നുള്ള ആ വിളി, വൃദ്ധനിൽ നിന്നും കേൾക്കുന്നത് എന്റെ തൂലികയിൽ നിറയുന്ന 'മഷി'യായി മാറിക്കഴിഞ്ഞിരുന്നു. മാത്ര

മല്ല, അദ്ദേഹത്തെ കൊതുകുകളിൽ നിന്നും രക്ഷപ്പെടുത്തി സ്വസ്ഥമായി ഉറങ്ങാനുള്ള അവസരമുണ്ടാക്കിക്കൊടുക്കേണ്ടത് എനിക്കിനി മാറ്റിവെക്കാൻ കഴിയുന്ന കാര്യവുമല്ല. ഇപ്പോഴെന്റെ കയ്യിൽ ആവശ്യത്തിലധികം പണമുണ്ട്. ഒരു ഷോപ്പിൽ നിന്നും എനിക്കാവശ്യമുള്ള ഇലക്ട്രോണിക് പാർട്സുകളും ബാറ്ററികളും വാങ്ങി, ബുക്ക് സ്റ്റാളിൽ കയറി കടലാസും പേനകളും മറ്റും വാങ്ങി നിൽക്കുമ്പോൾ ബ്രാംസ്റ്റോക്കെറുടെ ഡ്രാക്കുള ക്ലിപ്പിൽ തൂങ്ങിക്കിടന്നെന്നെ കൊഞ്ഞനം കുത്തുന്നത് കണ്ടു.

കുരുമുളക് വള്ളികൾക്കിടയിൽ കിടന്നു നനഞ്ഞു നശിച്ചുപോയിരുന്ന ആ സത്വത്തെ വീണ്ടും വാങ്ങി. ഒരിക്കലെന്റെ മാനം കപ്പൽ കയറ്റിയ അവനെ വിഴുങ്ങിപ്പൂർത്തിയാക്കാതെ ഉപേക്ഷിക്കാൻ ആകാംക്ഷയെന്നെ അനുവദിച്ചില്ല.

ഏകദേശം ഒരു മണിക്കൂറിനുള്ളിൽത്തന്നെ ഓഫീസിൽ മടങ്ങിയെത്തി. മുതലാളിയുമൊത്തുള്ള മടക്കയാത്രക്കായി എഴുന്നേറ്റപ്പോൾ ഒപ്പമെഴുന്നേറ്റ സത്യനേശൻ സാർ ഷേക്ക്ഹാൻഡിനായി എനിക്കുനേരെ കൈനീട്ടിയത് ശരിക്കും എനിക്കൊരു ഷോക്കായെങ്കിലും വേഗത്തിൽ ഞാനതിനെ അതിജീവിച്ചു. സിനിമാക്കാരെപ്പോലെ സമൂഹത്തിന്റെ ഉന്നതതലങ്ങളിൽ നിൽക്കുന്ന ആരുമായും ഒരിക്കൽപോലുമിടപെട്ടിട്ടില്ലാത്ത എന്നെ ഈ സാഹചര്യങ്ങൾ എത്രത്തോളം സങ്കോചപ്പെടുത്തിയിരുന്നുവെന്ന് വിവരിക്കാൻ അക്ഷരങ്ങൾകൊണ്ടെനിക്ക് സാധ്യമല്ല! ഷേക്ക്ഹാൻഡ് നൽകിക്കൊണ്ട് അദ്ദേഹം പറഞ്ഞ വാക്കുകൾ മടക്കയാത്രയിലുടനീളം എന്റെ കാതുകളിൽ മുഴങ്ങിക്കൊണ്ടിരുന്നു. വചനവിദ്യൻ, ഇൻഡസ്ട്രിയിലെ നിങ്ങളുടെ ഭാവി ഈ തിരക്കഥയിലായിരിക്കും, മറക്കണ്ട!

കൃഷിയിടത്തിനരികിൽ എന്നെയിറക്കിയശേഷം മുതലാളി പറഞ്ഞു,

സത്യനേശൻ നല്ലൊരു മനുഷ്യനാ... ഇതു നന്നായി ചെയ്തു കൊടുത്താൽ തനിക്കുപിന്നെ തിരിഞ്ഞുനോക്കേണ്ടിവരില്ല. തിരക്കഥ പൂർത്തിയായി കിട്ടിയാലുടൻ ഷൂട്ടിങ്ങ് തുടങ്ങാനാ പ്ലാൻ. പരീക്ഷണ ചിത്രമല്ല ചെയ്യേണ്ടത്...

മുടക്കുന്ന കാശും കിട്ടിയാൽ പോരാ... നല്ല ലാഭം കിട്ടണം, ഇപ്പോൾ വിജയിക്കുന്ന സിനിമകളെക്കുറിച്ചൊക്കെ തനിക്കറിയാമല്ലോ. സത്യന്റെ മുന്നിൽ താനെന്റെ വില കളയില്ലെന്നാണ് വിശ്വാസം!

അദ്ദേഹത്തിന്റെ വിശ്വാസത്തിനും ഉപദേശത്തിനും ആശ്വാസത്തിനുമൊന്നും കോട്ടം വരുത്തേണ്ടെന്നു കരുതി കർക്കശക്കാരനായ അധ്യാപകന്റെ ക്ലാസ്സ് സശ്രദ്ധം കേൾക്കുന്ന കുട്ടിയെപ്പോലെ കാതുകൂർപ്പിച്ചു ഞാൻ നിൽക്കുമ്പോൾ വണ്ടിയോടിച്ചദ്ദേഹം പോയി. ഷെഡ്ഡിലെത്തിയ ഞാൻ പിന്നെയൊരുനിമിഷംപോലും കളയാതെ "കൊതുകുപിടിയൻ യന്ത്ര" നിർമ്മാണത്തെക്കുറിച്ചു ചിന്തിച്ചു. എന്റെ പദ്ധതിയനുസരിച്ച് കൊതുകുകളെയല്ല യന്ത്രം പിടിക്കേണ്ടത്, പ്രദേശത്തെ ഏകദേശം ഒരു കിലോമീറ്റർ ചുറ്റളവിലുണ്ടാകുന്ന കൊതുകുമുട്ടകളെ യന്ത്രത്തിന്റെ ഒരു വശത്തുള്ള പൈപ്പിൽകൂടി ആകർഷിച്ചു പിടിച്ച് യന്ത്രഭാഗമായ വലിയൊരു ചില്ലുകൂട്ടിൽ നിറയ്ക്കും. ആ ബോക്സ് നിറഞ്ഞു കഴിയുമ്പോൾ അതിന്റെ ഓട്ടോമാറ്റിക്ക് ഹീറ്റർ പ്രവർത്തിച്ച് മുട്ടകളെയെല്ലാം കരിച്ചു ഭസ്മമാക്കി മറുവശത്തെ പൈപ്പിൽക്കൂടി പുറത്തേക്ക് കളയും. ആ പ്രക്രിയ ആവർത്തിച്ചുകൊണ്ടിരിക്കുമ്പോൾ സമ്പൂർണ്ണ കൊതുകുരഹിത പ്രദേശമായി അവിടം മാറുകവഴി ഷേണായിച്ചേട്ടന് മാത്രമല്ല, എനിക്കും പ്രദേശവാസികൾക്കുമെല്ലാം സുഖസുന്ദരമായി ഉറങ്ങാൻ കഴിയുകയും ചെയ്യും. അതിന്റെ ആദ്യപടിയായി ഒരു ചില്ല്പെട്ടി, പുകക്കുഴൽപോലെയുള്ള വലിയൊരു പൈപ്പ് എന്നിവ വേണം. അതിനായി നേരെ വൃദ്ധനരികിലേക്ക് വെച്ചുപിടിച്ചു. പകുതി വഴിയെത്തിയപ്പോൾ എന്നേക്കാൾ വേഗത്തിൽ ഷേണായിച്ചേട്ടൻ എതിരെവരുന്നത് കണ്ടു ഞാൻ നിന്നു. വന്നപാടെ എന്റെ ഇരുതോളിലും പിടിച്ചു നിന്നു വൃദ്ധൻ കിതച്ചു.

എന്താ കുഞ്ഞേ... എന്താ കാര്യം, മുതലാളി കുഞ്ഞിനെ എവിടെയാ കൊണ്ടുപോയേ? വൃദ്ധൻ മിക്കപ്പോഴുമങ്ങനെയാണ്. രണ്ടോ മൂന്നോ ചോദ്യങ്ങൾ ഒന്നിച്ചാകും വരിക. ഞാൻ മറുപടി പറയാതെ കുഴങ്ങിനിന്നു. എന്താണ് പറയേണ്ടത്? വൃദ്ധന്റെ വലതുകൈപ്പുറം ചുംബിച്ചുകൊണ്ടു പറഞ്ഞു.

ഞാൻ സിനിമക്കാരനായി ചേട്ടാ... അല്ല, എന്നെ നിങ്ങൾ സിനിമക്കാരനാക്കി!

ഞാനങ്ങനെയാണ്. എന്നെ തിരിച്ചറിയുന്നവർക്കു മുന്നിൽ ഞാനൊരു 'കുഞ്ഞ്' ആയി മാറിപ്പോകാറുണ്ട്. അതുകൊണ്ടെന്റെ കണ്ണുനീർ വീണ ആ വൃദ്ധകരത്തിൽ നിന്നും പിടിവിടാതെ വളരെ നേരം നിന്നുപോയി.

കുഞ്ഞേ, എന്താകാര്യമെന്ന് പറ, എങ്ങനാ സിനിമാക്കാര

നായേ...?

അദ്ദേഹത്തിന്റെ ആകാംക്ഷ കണ്ടപ്പോൾ അടുത്ത മരച്ചുവട്ടിലിരുന്ന് ഉണ്ടായ കാര്യങ്ങളെല്ലാം വിശദമായിത്തന്നെ പറഞ്ഞു.

സസ്പെൻസും സർപ്രൈസുമായ കൊതുക് പിടിയൻ യന്ത്രഭാഗങ്ങൾ വാങ്ങിയ കാര്യമൊഴികെ. എല്ലാം കേട്ട് അത്ഭുതപ്പെട്ടിരുന്ന വൃദ്ധൻ പറഞ്ഞു.

കുഞ്ഞേ, നമ്മുടെ മുതലാളി നല്ലവനാ... പൊറത്ത് കാട്ടില്ലെന്നേയുള്ളൂ...

എന്നാലും കുഞ്ഞിനിരുന്നെഴുതാനൊരു മുറി തരാമെന്നാ സാറ് പറഞ്ഞത് വേണ്ടാന്ന് വെക്കണ്ടായിരുന്നു!

വൃദ്ധൻ പരിഭവിച്ചു.

അതൊന്നുംവേണ്ട, ഷേണായിച്ചേട്ടാ... എനിക്കിരുന്നെഴുതാൻ നല്ലത് ഇവിടം തന്നെയാ!

ഞാൻ വിഷയത്തിലേക്കുവന്നു.

എനിക്കൊരു പുകക്കുഴലും ചില്ലുകൂടും വേണമല്ലോ ഷേണായിച്ചേട്ടാ!...

വൃദ്ധനെന്നെ നെറ്റി ചുളിച്ച് ചരിഞ്ഞു നോക്കിക്കൊണ്ടു ചോദിച്ചു. പുകക്കുഴലോ... ചില്ലുകൂടോ... എന്ത് ചില്ല്കൂട്... എന്തിന്?

അത് കഥ എഴുതുന്നതിന്റെ ഒരു ഭാഗമായി വരാനുള്ളതാ ഷേണായിച്ചേട്ടാ..!

കൊതുകുപിടിയൻ യന്ത്രമുണ്ടാക്കി വൃദ്ധനെ ഞെട്ടിക്കുന്നതോർത്ത് ചിരിച്ചുകൊണ്ട് ഞാൻ പറഞ്ഞു.

എന്റെ വിശദീകരണം മനസ്സിലായിട്ടില്ലെങ്കിലും എന്തോ കാര്യമുണ്ടെന്ന് ധരിച്ച വൃദ്ധൻ വീണ്ടും സംശയമുന്നയിച്ചു.

പുകക്കുഴല് മനസ്സിലായി കുഞ്ഞേ...

അതെന്റെ കൂരേൽ തന്നെയുണ്ട്. 'കനകം' പോയേൽപ്പിന്നെ ആ അടുപ്പ് പുകച്ചിട്ടില്ല. വർഷം ഇരുപത്തിയൊന്നു കഴിഞ്ഞു..!

ശബ്ദമിടറി വൃദ്ധന്റെ കണ്ണുകൾ നനയുന്നുവെന്ന് കണ്ടപ്പോൾ അദ്ദേഹത്തിന്റെ കൈ പിടിച്ച് മിണ്ടാതെ നിശ്ചലം ഞാനിരുന്നു.

പലപ്പോഴും ചോദിച്ചിട്ടും പറയാതിരുന്ന സ്വന്തം ജീവിതകഥ സ്വയം തോന്നി അദ്ദേഹം പറഞ്ഞു തുടങ്ങിയേക്കുമെന്നൊരു പ്ര

തീക്ഷ കൂടി അപ്പോഴെനിക്കുണ്ടായി. നിമിഷങ്ങളോളം നീണ്ട മൗനത്തിന് വിരാമമിട്ടുകൊണ്ട് വൃദ്ധൻ ചോദിച്ചു. കുഞ്ഞ്, ചില്ലുകൂടെന്ന് പറഞ്ഞതെന്താ... പിള്ളേര് മീൻ വളർത്താൻ വീട്ടിനുള്ളിൽ വെക്കുന്ന പെട്ടിയാണോ...?

അതേ... അതുതന്നെ...

അപ്പോ ഷേണായിച്ചേട്ടനു കാര്യമറിയാം. വെറുതെ ചോദിക്കുന്നുവെന്നേയുള്ളൂ... അല്ലേ?

എന്റെയാചോദ്യത്തിന് മറുപടി പറയാതെ കുറച്ചുനേരം ആലോചിച്ചിരുന്ന ശേഷമെഴുന്നേറ്റു തിരികെ നടന്നുകൊണ്ടു വൃദ്ധൻ പറഞ്ഞു.

എന്നാൽ കുഞ്ഞ് പൊയ്ക്കോ... ഞാനൊന്ന് നോക്കട്ടെ...!

അപ്പോൾ, ഞാൻ വരണ്ടേ? ഒപ്പം നടന്നു ചെന്നുള്ള എന്റെ

ചോദ്യത്തിനു മറുപടി നടപ്പിനു വേഗതകൂട്ടികൊണ്ടായിരുന്നു. കുഞ്ഞിപ്പം എങ്ങോട്ടും പോകണ്ടാ... സമയം കളയാതെ പോയിരുന്നെഴുതിക്കോ... സാധനങ്ങൾ ഞാനെത്തിച്ചോളാം!

വൃദ്ധൻ പോകുന്നതുനോക്കി വളരെ നേരം ഞാനവിടെത്തന്നെ നിന്നു. തിരികെ നടക്കുമ്പോൾ ഈ മനുഷ്യനുമായി കണ്ടുമുട്ടാനിടയായ സാഹചര്യത്തെ നിയോഗമെന്നോ, നിമിത്തമെന്നോ വിശേഷിപ്പിക്കുന്നതുകൊണ്ട് എന്തെങ്കിലും മനഃസംതൃപ്തി നേടാൻ എനിക്കാവില്ലെന്ന തിരിച്ചറിവ് ഒരുതരം മരവിപ്പായി എന്നിലാകെ നിറഞ്ഞിരുന്നു. ജനന, മരണങ്ങൾക്കിടയിലുള്ള ജീവിതമെന്ന ഈ ചെറിയ ഇടനാഴിയിൽ വെച്ച് യാദൃശ്ചികമായി കണ്ടുമുട്ടിയൊരു വയോധികൻ മാത്രമാണോ, എനിക്കീ രുദ്രഷേണായി... ഒരിക്കലുമല്ല!

സഞ്ചാര പാതകളിലെവിടെയോ വെച്ച് വളർച്ച മുരടിച്ച് നിർഗുണസ്തംഭമായി മാറിക്കഴിഞ്ഞിരുന്ന എന്നെ അനുനിമിഷം പിടിച്ചുലച്ചുണർത്തുകയാണീ വൃദ്ധൻ. ഇത് നിയോഗവും നിമിത്തവുമൊക്കെയാണെന്ന് നിസാരവൽക്കരിക്കാൻ എനിക്കു കഴിയുന്നില്ല. ജന്മാന്തരങ്ങളുടെ പുകമറക്കപ്പുറം കഥയിലല്ല, ജീവിതങ്ങളിലീവൃദ്ധനുണ്ട്... പല രൂപങ്ങളിൽ, പല ഭാവങ്ങളിൽ... ഉണ്ടാകാതെ തരമില്ല!

ഷെഡ്ഡിലെത്തിയ ഞാൻ ചിന്തകൾക്കും ജന്മാന്തരങ്ങൾക്കിടയിലെ തിരഞ്ഞുപോകലുകൾക്കുമെല്ലാം അവധി നൽകി കർത്തവ്യനിരതനായി. ആദ്യം കുറച്ചകലെയുള്ള പമ്പ് ഷെഡ്ഡിൽ നിന്നും വയർ കണക്ട് ചെയ്ത് വൈദ്യുതിയെത്തിച്ചു. പിന്നെ ഇലക്ട്രോണിക് ഭാഗങ്ങൾ, നാല് ചെറിയ മോട്ടോറുകൾ, സെൻസർ സെക്ഷൻ എന്നിവ വേണ്ടവിധം കൂട്ടിയോചിപ്പിച്ചുവെച്ചു. ഹീറ്ററും മറ്റും ഘടിപ്പിക്കണമെങ്കിൽ ചില്ലുകൂട് കിട്ടണം. അതിനി ഷേണായിച്ചേട്ടൻ വന്നതിനുശേഷമേ നടക്കൂ, പുറത്തുപോയി കൃഷി നനക്കാനുപയോഗിക്കുന്ന പത്തടിയോളം നീളമുള്ള രണ്ടു കഷണം റബർ ട്യൂബുകൾ കൂടി സംഘടിപ്പിച്ചുകൊണ്ടുവന്നു വെച്ചിട്ട് കിടന്നു ചെറുതായൊന്നു മയങ്ങി. സന്ധ്യയോടുകൂടി വൃദ്ധന്റെ ഉറക്കെയുള്ള സംസാരംകേട്ടാണ് ഞാനുണർന്നത്.

അല്ലേ, കുഞ്ഞിതെന്താ വിളക്ക്പോലും കത്തിക്കാതെ...!

ഞാനെഴുന്നേറ്റ് തീപ്പെട്ടി തപ്പിയെടുത്തു വിളക്ക് കൊളുത്തി. ഇരുൾ മാറി.

ഷെഡ്ഡിൽ വെളിച്ചം നിറഞ്ഞപ്പോൾ തെളിഞ്ഞുവന്ന വൃദ്ധരൂ

പം എന്നെ ശകാരിക്കാൻവേണ്ടി തയ്യാറായിനിൽക്കുകയാണെന്ന് തോന്നിച്ചു.

എന്താ, എഴുതാതെ കിടന്നുറങ്ങുന്നത്. ഈ അലസത നന്നല്ല കുഞ്ഞേ.. കിട്ടിയ അവസരം ലാഭപ്പെടുത്തുന്നവനാണ് ബുദ്ധിമാൻ. ഉറക്കം തൂങ്ങികൾ ജീവിതം വെറുതെ ഉറങ്ങിത്തന്നെ പാഴാക്കും...!

ഞാൻ ചിന്തിച്ചുതീരുംമുൻപ് തന്നെ വൃദ്ധനെന്നെ ശകാരിച്ചും തീർന്നിരുന്നു. സ്വയമറിയാതെ ഞാൻ ചിരിച്ചുപോയി. ആ ചിരിക്കു പിന്നിൽ കാരണങ്ങൾ ഒരുപാടുണ്ടായിരുന്നെങ്കിലും എഴുതുകയെന്നത് എന്നേക്കാൾ ആവശ്യം ഈ സാധു വൃദ്ധന്റേതായി മാറിയതിലെ അത്ഭുതമായിരുന്നു പ്രധാനം. സത്യത്തിൽ തിരക്കഥയെഴുതുകയെന്നത് ഭാരിച്ച ഉത്തരവാദിത്തം തന്നെയായിരുന്നെങ്കിലും എന്തുകൊണ്ടോ ആ സാഹചര്യത്തിൽ അതൊരു ഭാരമായി തെല്ലും എനിക്കനുഭവപ്പെട്ടിരുന്നില്ല.

എന്താ കുഞ്ഞേ ചിരിക്കുന്നത്. കുഞ്ഞിനിതൊക്കെ കുട്ടിക്കളിയായിരിക്കാം...

പക്ഷെ, മുതലാളി ചോദിക്കുന്നതെല്ലാം എന്നോടായിരിക്കും...!

ഞാൻ വൃദ്ധനെ കൈപിടിച്ച് അരികത്തിരുത്തി.

ചേട്ടനൊന്നുകൊണ്ടും വിഷമിക്കണ്ടാ... മുതലാളിയിനിയൊന്നും ചേട്ടനോട് ചോദിക്കില്ല... എഴുതിക്കൊടുക്കാൻ സമയം ധാരാളമുണ്ട്..! ഞാൻ വൃദ്ധനെ സമാധാനിപ്പിച്ചു.

കുഞ്ഞേ, പുകക്കുഴൽ പാററവിയെ വിളിച്ച് ഇളക്കിവെച്ചിട്ടുണ്ട്. അതും ചില്ലുകൂടും രാവിലെ രവി കൊണ്ടുവന്നുതരും...! അല്പമൗനത്തിനുശേഷം വീണ്ടും ചോദ്യം വന്നു. അല്ല കുഞ്ഞേ... എന്തിനായീ പുകക്കുഴലും ചില്ലുകൂടും?

അതൊരു ദിവസം കൂടി രഹസ്യമാണ് ഷേണായിച്ചേട്ടാ... മറ്റന്നാളകട്ടെ ഉറപ്പായും പറയാം...!

എന്നാൽപ്പിന്നെ എല്ലാം കുഞ്ഞിന്റെ ഇഷ്ടം പോലെ തന്നെ നടക്കട്ടെ...

നാളെത്തന്നെ എഴുതിത്തുടങ്ങണേ... ഞാനിറങ്ങുവാ!

വൃദ്ധൻ പോയപ്പോൾ എഴുന്നേറ്റു കുറച്ചു വെള്ളം കുടിച്ചു വീണ്ടും കിടന്നു. സാവധാനം വീണ്ടും ഞാനുറക്കത്തിലായി. എവിടെ നിന്നോ ഒരു സ്ത്രീയുടെ നിലവിളി ശബ്ദം ഉയർന്നുകേട്ടപ്പോൾ ഞെട്ടിയുണർന്നു. കത്തിച്ചുവെച്ചിരുന്ന വിളക്ക് അണ

ഞ്ഞുപോയിരിക്കുന്നു. കേട്ട ശബ്ദം യഥാർത്ഥത്തിൽ സംഭവിച്ചതു തന്നെയാണെന്നെനിക്ക് ഉറപ്പു കിട്ടുന്നില്ല. ചുറ്റുമുള്ള കനത്ത ഇരുളിലേക്ക് തുറിച്ചു നോക്കി കാതുകൂർപ്പിച്ചു ഞാനിരുന്നു.

കൈകാലുകൾ ചലിപ്പിക്കാൻ കഴിയാത്തവിധം ഭയന്നുപോയിരുന്ന എനിക്ക് തീപ്പെട്ടി തപ്പിയെടുക്കാനും വിളക്ക് കൊളുത്താനുമൊന്നും മനസ്സാന്നിദ്ധ്യം ലഭിച്ചില്ല. ഏകദേശം അഞ്ചു മിനിറ്റോളം ആയിരിപ്പ് തുടർന്ന ഞാൻ ശരീര ചലന ശബ്ദമുണ്ടാകാത്ത നിലയിൽ സാവധാനം വീണ്ടും കിടന്ന് പുതപ്പുവലിച്ച് ആസകലംമൂടി.

സാധാരണ ഷെഡ്ഡിന്റെ വാതിൽ അടക്കാറുള്ളതാണ്. എന്നാൽ ഈ രാത്രിയിൽ വൃദ്ധൻ പുറത്തേക്ക് പോയപ്പോൾ അദ്ദേഹം തന്നെ വാതിൽ വലിച്ചു ചാരുകമാത്രമാണ് ചെയ്തിട്ടുണ്ടായിരുന്നത്. ഉറക്കപ്പിച്ചിൽ അലസനായിത്തീർന്നിരുന്ന ഞാനതത്ര ഗൗരവമായി എടുത്തിരുന്നില്ല. ആ അലസതയുടെ അനന്തരഫലം ആ രാത്രി മുഴുവൻ അനുഭവിച്ചുകൊണ്ടിരുന്നു. അതുവരെയാ പ്രദേശത്ത് എനിക്ക് പരിചിതമല്ലാതിരുന്ന അതിശക്തമായൊരു കാറ്റുവന്ന് ഷെഡ്ഡിന്റെ ചാരിയിരുന്ന വാതിൽ അടിച്ചുതുറന്നു. അവിടെമാകെ ഏതോ ഒരു വാസനത്തൈലത്തിന്റെ സുഗന്ധം വീശിയടിച്ചു. പതിയെപ്പതിയെ ആ സുഗന്ധത്തിന് കട്ടിയേറിവന്നു. ഒടുവിലതൊരു അസഹനീയമായ ദുർഗന്ധമായി മാറി.

എന്റെ തല മരവിച്ചു. ആ ഗന്ധം താങ്ങാനാകാതെ ശ്വാസം നിലച്ചുപോകുന്നതായി അനുഭവപ്പെട്ടു. പിടഞ്ഞു മറിഞ്ഞു ഉരുണ്ടുനീങ്ങി മേശക്കടിയിൽ കയറാനൊരു ശ്രമം നടത്തി. പക്ഷെ ആ രാത്രിയിൽ പിന്നീട് സംഭവിച്ചതൊന്നുമോർത്തിരിക്കാൻ കഴിയാത്തവിധം ഞാൻ മയക്കത്തിലായി. അതങ്ങനെയാണ്. ഈ യാത്രയുടെ തുടക്കം മുതൽ തന്നെ എന്റെ നിയന്ത്രണം മറ്റേതോ ഒരദൃശ്യ ശക്തിയുടെ കയ്യിലാണെന്ന് പലപ്പോഴും തോന്നിയിരുന്നു. എവിടെയെങ്കിലുമിരുന്ന് കുറച്ചെഴുതുകയെന്ന ലക്ഷ്യത്തിൽ നിന്നും വളരെയകലെ, അനുഭവങ്ങളുടെ തീചൂളയിലേക്കും മനസ്സിലാക്കലുകളുടെ പുതുവെളിച്ചത്തിലേക്കും കണ്ടെത്തലുകളുടെ കൗതുകങ്ങളിലേക്കും, എല്ലാത്തിലുമുപരി പല പ്രാവശ്യം എന്റെ പ്രജ്ഞ നശിപ്പിച്ച അസ്വഭാവികതകളിലേക്കും ആ അദൃശ്യശക്തി എന്നെ വലിച്ചുകൊണ്ടുപോകുകയായിരുന്നു. എന്തിന്...?

മയക്കം വിട്ടുമാറുമ്പോൾ ഷെഡ്ഡിനുവെളിയിൽ നിലത്ത്

'മഞ്ഞ്' പുതച്ചു കിടക്കുകയാണ് ഞാനെന്ന് മനസ്സിലാക്കാൻ വളരെ നേരമെനിക്ക് കഴിഞ്ഞിരുന്നില്ല. അപശകുനമെന്ന് പറഞ്ഞു കേട്ടിരുന്ന പക്ഷിയുടെ കരച്ചിൽ അടുത്തേതോ മരച്ചില്ലയിൽ നിന്നും ഉയർന്നു കേട്ടത് പോലും എന്നെ ഭയപ്പെടുത്താത്തനിലയിൽ സർവത്ര മരവിച്ചുപോയിരുന്നു. ഇരുൾ അപ്പോഴും കനത്തുതന്നെയാണ്. ഏറെ നേരത്തെ ശ്രമഫലമായി എഴുന്നേറ്റിരുന്ന ഞാൻ നേരമേറെയെടുത്ത് ആയാസപ്പെട്ടെഴുന്നേറ്റ് ഷെഡ്ഡിലേക്ക് കയറുമ്പോൾ ഭയമെന്ന വികാരം തെല്ലുപോലുമെന്നിലുണ്ടായിരുന്നില്ല. എനിക്ക് മനസ്സിലാക്കാൻ കഴിയാതിരുന്ന ഏതോ ഒരു സാഹചര്യം എന്നെയപ്പോൾ ഭയരഹിതനാക്കി മാറ്റിയിരുന്നു.

വിളക്കു കൊളുത്തിവെച്ച ഞാൻ കുറച്ചു ചായയുണ്ടാക്കി കുടിച്ചശേഷം കടലാസും പേനയുമെടുത്ത് തിരക്കഥയെഴുതിത്തുടങ്ങുമ്പോൾ അന്തരീക്ഷം പൊതുവെ ശാന്തമായിരുന്നെങ്കിലും മരച്ചില്ലകളടർന്നു വീഴുന്നതിന്റെയും ഒറ്റപ്പെട്ട് പക്ഷികൾ ചിലക്കുന്നതിന്റെയും മറ്റും ശബ്ദങ്ങൾ ഇടയ്ക്കിടെ കേട്ടുകൊണ്ടിരുന്നു.

സിനിമക്ക് നൽകേണ്ടുന്ന പേരിനെക്കുറിച്ച് സത്യനേശൻ സാർ ഒന്നും പറഞ്ഞിരുന്നില്ല. മറന്നതാവും, ചോദിക്കാൻ ഞാൻ മറന്നുവെന്നത് സത്യവുമാണ്. പക്ഷെ, എന്തെങ്കിലുമൊരു പേര് നൽകാതെ എഴുതിത്തുടങ്ങാൻ കഴിയാത്ത, ഞാൻ അപ്പോൾ മനസ്സിൽ തോന്നിയൊരു പേര് ആ തിരക്കഥക്ക് നൽകി.

"തിരക്കഥകൊണ്ടൊരു കളിവഞ്ചി"!

ഇനി ഡയറക്ടറുടെ സൗകര്യംപോലെ പേര് മാറ്റിക്കോട്ടെ.

രാവിലെ എട്ടുമണി കഴിഞ്ഞ സമയത്ത് പാറരവിയും നീലാംബരനുംകൂടി പുകക്കുഴലും ചില്ലുപെട്ടിയുമായി വന്നു വിളിച്ചു.

മുതലാളിയുടെ കൃഷിപ്പണിക്കാരിൽ പ്രധാനിയാണ് പാറരവി. എഴുത്ത് നിർത്തി ഞാനെഴുന്നേറ്റ് പുറത്തേക്ക് ചെന്നപ്പോൾ ഇരുവരുമെന്നെതാണു വണങ്ങുമ്പോലെ നിൽക്കുന്നു.

അല്ല, രവിച്ചേട്ടാ... എന്തിനായിത്ര വളഞ്ഞുകുത്തി നിൽക്കുന്നേ... ഉച്ചയായിട്ടും തണുപ്പ് മാറീല്ലേ...? കളിയാക്കി ഞാൻ ചോദിച്ചു.

അയ്യോ... സാറേ, സാറ് സിനിമക്ക് കഥയെഴുതാൻ വന്നതാണെന്നെനിക്കറിയില്ലായിരുന്നു. അതുകൊണ്ടാ അന്ന് ഞാൻ വഴക്കുപറഞ്ഞത്. സാറെന്നോട് പൊറുക്കണം...!

ഞാൻ കൃഷിപ്പണിക്കായി ചെന്ന ആദ്യദിവസങ്ങളിൽ പണിയറിയാത്ത എന്നെക്കൊണ്ട് ചിലബുദ്ധിമുട്ടുകളൊക്കെയുണ്ടായപ്പോൾ മൂപ്പനായ രവി എന്നോട് പലപ്പോഴും ദേഷ്യപ്പെട്ടിരുന്നു. ഓരോ തൊഴിലിനും അതുമായി ബന്ധപ്പെട്ട പ്രശ്നങ്ങളുണ്ടാകുമെന്ന് മനസ്സിലാകാത്ത ആളല്ല ഞാൻ. കൃഷിയിടത്തെ സംബന്ധിച്ചിടത്തോളം എല്ലാം വേണ്ടവിധം നോക്കി നടത്തേണ്ടുന്നത് മൂപ്പനാണ്. അതിന്റെ ഭാഗമായി പലരോടും കയർക്കേണ്ടിയും വരും.

പാവം അതോർത്താണിപ്പോൾ ക്ഷമ പറയുന്നത്. രവിക്കറിയില്ലല്ലോ ഞാൻപോലുമറിയാതെ സിനിമ എന്നെത്തേടി വരികയായിരുന്നെന്ന്.

പൊറുക്കാനും ക്ഷമിക്കാനുമൊന്നും രവിച്ചേട്ടൻ തെറ്റൊന്നും ചെയ്തിട്ടില്ല., ചേട്ടന്റെ സ്ഥാനത്തു ഞാനാണെങ്കിലും അങ്ങനെതന്നെ ചെയ്യും...

അതാണ് അപ്പോഴത്തെ ശരി...!

ഞാനാ പറഞ്ഞത് രവിക്ക് വല്ലാതങ്ങ് ഇഷ്ടപ്പെട്ടതുകൊണ്ടാകണം, അയാൾ നല്ലൊരു ഓഫർ തന്നു.

സാറിന് എന്താവശ്യമുണ്ടെങ്കിലും എന്നോട് പറഞ്ഞാമതി. ഞാൻ കൊണ്ടുത്തരാം!

ഓ, അങ്ങനായിക്കോട്ടെ രവിച്ചേട്ടാ. ഈ കൊണ്ടുവന്ന ചില്ലുകൂട് ആരുടേതാ, കാശുകൊടുക്കണ്ടേ?

അയ്യോ, കാശൊന്നും വേണ്ടാ... സാറിന് ഒരു സഹായം ചെയ്തിട്ട് കാശുവാങ്ങാനോ... നല്ലകാര്യംതന്നെ... സാറിന്റെ സിനിമവരുമ്പോൾ ഞങ്ങളെക്കൂടി കാണിച്ചാൽ മതി. സാറ് ഞങ്ങടെയാളാണെന്ന് പത്തുപേരോട് പറയാൻ തന്നെ ഒരു രസമല്ലേ അന്നേരം... ഹല്ല പിന്നെ...!

രവിയുടെയാ സന്തോഷം കണ്ടപ്പോൾ ഞാൻ പറഞ്ഞു, അതുശരിയാ രവിച്ചേട്ടാ... ഈ സിനിമാക്കാരൻ സാറിനെ ഞാൻ ചീത്തപറഞ്ഞ് വെണ്ടക്കും ചീരക്കും വെള്ളമൊഴിപ്പിച്ചിട്ടുണ്ടെന്ന് പറയുമ്പോൾ കിട്ടുന്ന രസം ഒന്നു വേറെതന്നെയാ... അല്ലേ?

അതുകേട്ടപ്പോൾ രവിയുടെ മുഖം വിവർണ്ണമായി. എന്റെ പെറ്റമ്മച്ചിയാണെ, സാറാണെ സത്യം അക്കാര്യം ഞാനാരോടും പറയത്തില്ലേ..!

ഞാൻ ചിരിച്ചുകൊണ്ടു പറഞ്ഞു.

രവിച്ചേട്ടനത് പറഞ്ഞില്ലെങ്കിലും ഞാനീലോകത്തോടതെ

ല്ലാം വിളിച്ചുപറയും! അതുകേട്ട് രവി ഞെട്ടിയെന്ന് തോന്നുന്നു. അയ്യോ, അതെന്താ സാറേ അങ്ങനെ?

അതാണു രവിച്ചേട്ടാ... എഴുതാനുള്ള അനുഭവങ്ങൾ തേടിയിറങ്ങിയ ഒരെഴുത്തുകാരൻ സ്വന്തം രചനകളോട് പുലർത്തുന്ന കൂറ്!

ഒന്നു ശങ്കിച്ചുനിന്നശേഷം രവി പറഞ്ഞു,

സാറു പറയുന്നതൊന്നുമെനിക്കു മനസ്സിലാകുന്നില്ലാ... പക്ഷെ, ഞാനായിട്ട് ഈ ദൈവദോഷം ആരോടും പറയത്തില്ല.!

എന്നാലങ്ങനെയാകട്ടെ രവിച്ചേട്ടാ... ഇഷ്ടമല്ലാത്തത് പറയണ്ടാ!

രവിയും നീലാംബരനും പോയിക്കഴിഞ്ഞപ്പോൾ പുകക്കുഴലെടുത്ത് ഷെഡ്ഡിനടുത്തുള്ള വട്ടമരത്തിൽ ചേർത്ത് കെട്ടിവെച്ചു. എഴുത്തുമേശക്കൊരു വശത്ത് ചില്ലുകൂട് സ്ഥാപിച്ചു. ഹീറ്റർ ഉറപ്പിച്ചു വെച്ചിരുന്ന പലകയെടുത്ത് ചില്ലുകൂടിനു മുകളിൽ കമിഴ്ത്തിവെച്ചു. പുകക്കുഴലിൽ ദ്വാരമിട്ട് റബർ പൈപ്പ് ഉറപ്പിച്ചു. ചില്ലുകൂടിന്റെ ഒരുവശത്ത് റബർ പൈപ്പിന്റെ മറുതല ഘടിപ്പിച്ചു. മറ്റൊരു പൈപ്പെടുത്ത് ചില്ലുകൂടിന്റെ മറുവശത്ത് ഘടിപ്പിച്ച് മറുതല ഒരു ഇരുമ്പ് തൊട്ടിയിലേക്കിറക്കി വെച്ചു. ഹീറ്ററുമായി ഘടിപ്പിച്ച സെൻസർ ഇലക്ട്രോണിക് സർക്യൂട്ടുമായി ബന്ധിപ്പിച്ചു. മോട്ടോറുകളിൽ, പെയിന്റുടിന്നിൽ നിന്നും വെട്ടിയെടുത്ത ഭാഗങ്ങളുപയോഗിച്ച് ലീഫ് ഉണ്ടാക്കി ഉറപ്പിച്ചശേഷം ആ മോട്ടോറുകൾ പുകക്കുഴലിനു മുകളിൽ വിവിധ ദിശകളിലേക്കാക്കി ഉറപ്പിച്ചു. മോട്ടോറിന്റെ വയറുകളും ഇലക്ട്രോണിക് സർക്യൂട്ടുമായി ബന്ധിപ്പിച്ചു. ഇത്രയുമായപ്പോൾ എന്റെ നിഗമനപ്രകാരമുള്ള കൊതുകു "മുട്ട" പിടിയൻ യന്ത്രം തയ്യാറായിക്കഴിഞ്ഞു. മുതലാളിയറിയാതെ പമ്പ് ഷെഡ്ഡിൽ നിന്നും ടാപ്പ് ചെയ്തിട്ടിരുന്ന വൈദ്യുതിയിൽ ചാർജ്ജിനിട്ടിരുന്ന ബാറ്ററിയെടുത്ത് യന്ത്രവുമായി കണക്ടുചെയ്തു.

എല്ലാം ഭംഗിയായെന്ന് എനിക്ക് ഉറപ്പുതരും വിധംപുകക്കുഴലിനുമുകളിലെ മോട്ടോറുകൾ ഇടത്തേക്ക് കറങ്ങുന്നത് കൂടി കണ്ടപ്പോൾ ഞാൻ രോമാഞ്ച പുളകിതനായി. പമ്പ് ഷെഡ്ഡിൽ നിന്നുമുള്ള വൈദ്യുതിബന്ധം വിച്ഛേദിച്ചു മടങ്ങി വന്ന ഞാൻ ചില്ലുകൂടിനരികിൽ സന്തോഷം കൊണ്ടു നിന്നു വിറച്ചു. ഒരു കൈവെള്ളയിലൊതുങ്ങാനുള്ളത്രയും കൊതുകുമുട്ടകൾ ചില്ലുക്കൂട്ടിലെത്തിക്കഴിഞ്ഞിരുന്നു. എന്റെ കണക്കുപ്രകാരം കൂട്

നിറയാനും ഹീറ്റർ പ്രവർത്തിച്ച് മുട്ടകളെ കരിക്കാനും അത് പുറം തള്ളി ഇരുമ്പ് തൊട്ടിയിൽ നിറയാനും കുറഞ്ഞത് പന്ത്രണ്ടു മണിക്കൂറുകളെങ്കിലും വേണം. കപ്പപുഴുങ്ങിത്തിന്ന് ആവശ്യത്തിലധികം വെള്ളവുംകുടിച്ച് പുൽപ്പായ നന്നായി കുടഞ്ഞു വിരിച്ച് "ലോകജയനായി" ഉറങ്ങാൻ കിടക്കുമ്പോൾ, കൊതുകുശല്ല്യമില്ലാതെ ശാന്തനും സ്വസ്ഥനുമായി ക്കിടന്നുറങ്ങാൻ കഴിയുന്ന ഷേണായിച്ചേട്ടനെക്കുറിച്ചോർത്ത് സന്തോഷിച്ചുകൊണ്ടു കിടന്നത് കൊണ്ടു വളരെ സന്തോഷത്തോടെ ഞാനുറങ്ങിപ്പോകുകയും ചെയ്തു. അതുകൊണ്ടു തന്നെകഴിഞ്ഞ രാത്രിയിൽ എനിക്കു നേരിടേണ്ടി വന്ന വിചിത്രവും ഭീതിജനകവുമായ കാര്യങ്ങളെക്കുറച്ചുള്ള ചിന്തകൾതെല്ലും എന്റെ മനസ്സിലേക്ക് കടന്നു വന്നിരുന്നില്ല. പക്ഷെ, ഏകദേശം അർദ്ധരാത്രികഴിഞ്ഞ സമയത്ത് ആയിരം കൈവിരലുകളിലെ സൂചി പോലെ കൂർത്ത നഖങ്ങൾ കൊണ്ട് എന്റെ ശരീരമാകെ ആരോകുത്തിത്തുളക്കുന്നതായി തിരിച്ചറിഞ്ഞു പിടഞ്ഞുണർന്നു ഞാനുറക്കെയലറി വിളിച്ചു. വാതിൽ വലിച്ചു തുറന്നു പുറത്തേക്കോടാൻ നടത്തിയ ശ്രമം എന്തിലോ കാൽതട്ടിവീണു നിഷ്ഫലമായി. ഉരുണ്ടുമറിഞ്ഞു ചെന്നു തീപ്പെട്ടി തപ്പിയെടുത്തു മണ്ണെണ്ണവിളക്ക് കത്തിക്കുമ്പോഴും വേദന കൊണ്ടു പുളയുന്നതിനെക്കാൾ എന്നെ ഭയപ്പെടുത്തിയത് ഫയറെഞ്ചിന്റെ മുരളൽപോലെ എല്ലാവശത്തു നിന്നും എന്നിലേക്ക് ഓളം വെട്ടിക്കയറി വന്നുകൊണ്ടിരുന്ന ഭീതിതശബ്ദമായിരുന്നു. വെളിച്ചംവീണ് കാര്യങ്ങൾക്ക് വ്യക്തത വന്നു കഴിഞ്ഞപ്പോൾ തലയിൽ കൈവെച്ച് ഉറക്കെ ദൈവത്തെ വിളിച്ചു പോയി. യന്ത്രത്തിലെ സർക്യൂട്ട് ബോർഡിലെ ഡിജിറ്റൽ മീറ്ററിൽ "പത്തൊൻപതിനായിരത്തി എണ്ണൂറ്റിയെൻപത്തിനാല്" എന്ന് രേഖപ്പെടുത്തിയിരുന്നത് കൂടാതെ ഹൈപവറിൽ പ്രവർത്തിച്ച് കൊതുകുമുട്ടകളെ കരിച്ചുകളയേണ്ടുന്ന ഹീറ്റർ ലോപവറിൽ പ്രവർത്തിച്ച് ഇളം ചൂട് പുറത്തുവിടുന്നതായും രേഖപ്പെടുത്തിയിരുന്നു. അതിന്റെഫലം, ഇരുപതിനായിരത്തോളം കൊതുകുമുട്ടകളെയാണ് ഞാൻ കണ്ടു പിടിച്ചയീതലതിരിഞ്ഞ യന്ത്രം വെറും രണ്ടോ, മൂന്നോ മണിക്കൂറുകൾ കൊണ്ട് വിരിയിച്ചു കൊതുകു കുഞ്ഞുങ്ങളാക്കി പുറത്തുവിട്ടത്. അതും എല്ലാവനും കൂടി കുത്തിക്കൊല്ലാൻ ഞാനൊറ്റയൊരുത്തൻ മാത്രവും! ദേഹമാകെ നീറിപ്പുകയുന്നു. ഒന്നുമാലോചിച്ചു നിൽക്കാനുള്ള സാഹചര്യമല്ല മുന്നിലുള്ളത്. ഓടിച്ചെന്ന് ചില്ലുകൂട് പൊക്കിയെ

ടുത്തുകൊണ്ടു പുറത്തേക്കോടി ഷെഡ്ഡിനു പിന്നിലെ കിണറ്റിലേക്കിട്ട ശേഷം നിലത്തുവീണു കിടന്ന് ഞാനുരുളുമ്പോഴും മുലകുടിമാറാൻ സമയം കിട്ടാത്ത ആ "കുഞ്ഞുങ്ങൾ " എന്നെവട്ടമിട്ട് ആഞ്ഞാഞ്ഞ് കുത്തിക്കൊണ്ടിരുന്നു.

ചോറും സാമ്പാറും പിന്നെ, ഞാനും.

ഷേണായിച്ചേട്ടനെ കൊതുകുകളിൽ നിന്നും രക്ഷിക്കാൻ ഇനി പെട്ടെന്നെനിക്കു കഴിഞ്ഞെന്നുവരില്ല. ആ ചിന്തയെന്നെ വളരെ വേദനിപ്പിച്ചെങ്കിലും ഇങ്ങനെയൊരു "കുന്ത്രാണ്ടം" ഉണ്ടാക്കുന്ന കാര്യം വൃദ്ധനോട് പറഞ്ഞിരുന്നില്ലയെന്ന, വളരെ വലിയൊരു ആശ്വാസം അപ്പോഴുമെനിക്ക് കൂട്ടുണ്ടായിരുന്നു. പക്ഷെ, പുകക്കുഴലും ചില്ലുകൂടും എന്തിനുവേണ്ടിയായിരുന്നുവെന്ന് തീർച്ചയായും പറയേണ്ടിവരും. എന്തു പറയും?

മേശക്കരികിൽ, വീപ്പക്കസേരയിലിരുന്നു വളരെനേരമാലോചിച്ചു. ആയിരിപ്പിൽ ഉറങ്ങിപ്പോകുകയും ചെയ്തു. ഷെഡ്ഡിന്റെ പാട്ടകൊണ്ടുള്ള മേച്ചിൽഷീറ്റിനു മുകളിൽ ഭാരമുള്ളയേതോവസ്തു വന്നു വീണു വലിയ ശബ്ദമുണ്ടാക്കിയപ്പോൾ ഞെട്ടിയുണർന്ന ഞാൻ ഏറെ അസ്വസ്ഥനായി. ഷീറ്റിനു മുകളിൽ വന്നു വീഴാൻ സാധ്യതയുള്ള, തേങ്ങയോ മാങ്ങയോപോലെ ഭാരമുള്ള യാതൊന്നും ഷെഡ്ഡിനു സമീപമില്ലെന്ന് ഓർത്ത ഞാൻ വല്ലാത്തൊരാകാംക്ഷയിലായി.

വിളക്ക് കൊളുത്താനായി തീപ്പെട്ടി തപ്പിയെടുത്തു തുറന്നപ്പോൾ ഒരു കൊള്ളിപോലുമതിൽ ബാക്കിയില്ലെന്ന് തിരിച്ചറിഞ്ഞ് പകച്ചിരിക്കുമ്പോൾ കഴിഞ്ഞൊരു രാത്രിയിലുണ്ടായതുപോലെയുള്ള തൈലത്തിന്റെ സുഗന്ധം കുളിർതെന്നൽപോലെ അവിടമാകെ വ്യാപിച്ചു.

ഇനിയെന്താണ് സംഭവിക്കാൻ പോകുന്നതെന്ന് മുൻ അനുഭവത്തിൽ നിന്നും മനസ്സിലാക്കിയിരുന്ന ഞാൻ അയയിൽ നിന്നും ഒരു ലുങ്കി പരതിയെടുത്തു നീളത്തിൽ പിരിച്ച് കയർപോലെയാക്കി അതിന്റെ ഒരു തലപ്പ് എന്റെ ഇടതുകാലിൽ കെട്ടി. മറുതലപ്പ് മേശയുടെയൊരു കാലിലും കെട്ടിയുറപ്പിച്ചു. കഴിഞ്ഞ തവണ ഈ ഗന്ധം പരന്നതിനു ശേഷമാണ് ഞാൻ ഷെഡ്ഡിനു പുറത്ത് വീണു കിടന്നിരുന്നത്. സ്വയം ഞാനിറങ്ങിപ്പോയതല്ലെ

ന്നെനിക്കുറപ്പുണ്ട്. ഇനിയെന്തു സംഭവിക്കുമെന്നറിയാൻ വളരെ നേരം ജിജ്ഞാസയോടെ കാത്തിരുന്നെങ്കിലും സുഗന്ധം ദുർഗ ന്ധമായി മാറുകയോ വീശിയടിക്കുന്ന കാറ്റുവരികയോ ചെയ്തി ല്ല. മാത്രമല്ല ഉണ്ടായ സുഗന്ധം സാവധാനം നേർത്ത് ഇല്ലാതാ കുകയും ചെയ്തു.

ഇനിയേതായാലും ഉറങ്ങാൻ കഴിയില്ല. വിളക്കു തെളിയി ക്കാൻ തീപ്പെട്ടിയുമില്ല. വൈകിട്ട് ചായയുണ്ടാക്കിയിരുന്നതു കൊണ്ട് അടുപ്പിൽ തീക്കനലുണ്ടായേക്കുമെന്ന് പെട്ടെന്നെനി ക്കോർമ്മ വന്നു. മേശക്കടിയിൽ വേസ്റ്റു കടലാസുകളിട്ടിരുന്ന റബർകുട്ടയിൽ നിന്നും കുറച്ചു കടലാസുകൾ വാരിക്കൊണ്ട് അടുപ്പിനരികിലേക്ക് നടക്കാനായിയെഴുന്നേറ്റ ഞാൻ ഒറ്റച്ചുവ ട് മുന്നോട്ടുവെച്ചതും, നെഞ്ചടിച്ചുവീണു പോയതും ഒപ്പമായിരു ന്നു.

മേശയുടെ കാലും എന്റെ കാലും തമ്മിൽ ലുങ്കിക്കയ ർകൊണ്ടു ബന്ധിച്ചിരുന്നതിനെക്കുറിച്ച് വീണുകിടന്നുകൊണ്ടു ഓർക്കേണ്ടുന്ന അവസ്ഥയിലായിപ്പോയിരുന്നു ഞാൻ.

ഇനിയെന്താണ് സംഭവിക്കുന്നതെന്നറിയാൻ പുറത്തെ ശബ്ദങ്ങൾക്കായി കാതുകൂർപ്പിച്ചുകൊണ്ട് നിശ്ചലം ഞാനവി ടെത്തന്നെ കിടന്നു. ആലോചിച്ചപ്പോഴെനിക്ക് വല്ലാത്ത അത്ഭു തം തോന്നി.

വിജനമായയീ ഒറ്റപ്പെട്ട പ്രദേശത്തെ യാതൊരു സുരക്ഷി തത്വവുമില്ലാത്ത തകര ഷെഡ്ഡിൽ തനിച്ചു താമസിക്കാൻ തയ്യാ റായതിനു പിന്നിൽ അനുഭവസമ്പത്തുനേടാനുള്ള ആർത്തിയു ണ്ടായിരുന്നെങ്കിലും ഇപ്പോൾ ലഭിച്ചുകൊണ്ടിരിക്കുന്ന ഈ ദുര നുഭവ സമ്പത്തുകൾ എങ്ങെനെ സഹിച്ചുപോകാൻ കഴിയുന്നു വെന്നതായിരുന്നുവത്. പുലർച്ചയായിട്ടുണ്ടാകുമെന്ന് തോന്നിയ പ്പോഴെഴുന്നേറ്റ് കാലിലെ കെട്ടഴിച്ചു. കാൽ നന്നായി വേദനിക്കു ന്നുണ്ട്. മുടന്തി നടന്നു ചെന്നു വാതിൽ തുറന്നു. മരച്ചില്ലകൾക്കി ടയിൽക്കൂടി അരിച്ചെത്തുന്ന നേർത്ത നിലാവെളിച്ചത്തിൽ പു റത്ത് നേരെ മുന്നിൽ പന്ത് പോലെയുള്ള വെളുത്തു തിളങ്ങു ന്നൊരു വസ്തു കിടക്കുന്നതുകണ്ടു. അതെന്താണെന്നറിയാൻ അടുത്തേക്ക് ചെന്ന ഞാൻ ഒറ്റച്ചാട്ടത്തിനു തിരികെ ഷെഡ്ഡിൽ കയറി വാതിലടച്ചു. തലയിൽ കൈവെച്ച് നിലത്തിരുന്നു. കുറ ച്ചു മുൻപ് ഷെഡ്ഡിനുമുകളിൽ വന്നുവീണ ഭാരമുള്ള വസ്തു ഒരു മനുഷ്യത്തലയോട്ടിയാണെന്ന് തിരിച്ചറിഞ്ഞപ്പോഴെനിക്കാകെ

അടിമുടി വിറഞ്ഞുകയറി. നേരമൊന്നു പുലർന്നു കിട്ടിയാൽ എങ്ങനെയുമിവിടെനിന്നും രക്ഷപ്പെടണമെന്നുറപ്പിച്ചു.

സമയബോധമില്ലാത്തവനായുള്ള ആയിരുപ്പ് കരിയിലകൾ ചവിട്ടിയരച്ചുവന്ന വൃദ്ധന്റെ 'കുഞ്ഞേ' എന്നുള്ള വിളികേൾക്കും വരെ തുടർന്നു.

അല്ലേ, കുഞ്ഞിത് എന്തു ഭാവിച്ചാ... സമയം ഒൻപതാകാൻപോകുന്നു!

ആ ശബ്ദം എന്റെ ജീവനെ പിടിച്ചുണർത്തി. പെട്ടെന്ന് ഞാൻ പഴയ ഞാനായി.

ഓ... കുറച്ചുകൂടതലുറങ്ങിപ്പോയി ഷേണായിച്ചേട്ടാ!

പ്രത്യേകിച്ചൊന്നും സംഭവിച്ചിട്ടില്ലാത്തതുപോലെ വാതിൽ തുറന്ന ഞാൻ വ്യഗ്രതയോടെ തലയോട്ടി കിടന്നിടത്തേക്ക് നോക്കി.

അതവിടെ കാണാതെവന്നപ്പോൾ ഓടി നടന്ന് ആ പരിസരമാകെ തിരഞ്ഞിട്ടും അതെനിക്കു കണ്ടെത്താനായില്ല.

എന്റെ ഓട്ടവും വെപ്രാളവും കണ്ട വൃദ്ധൻ കാര്യം തിരക്കിയെങ്കിലും, കഴിഞ്ഞ ചില ദിവസങ്ങളായി ഇവിടെ സംഭവിച്ചുകൊണ്ടിരിക്കുന്ന അസാധാരണവും വിചിത്രവുമൊക്കെയായി എനിക്കനുഭവപ്പെട്ട കാര്യങ്ങളെക്കുറിച്ചൊന്നും തൽക്കാലം ഷേണായിച്ചേട്ടനോട് പറയേണ്ടതില്ലെന്ന് പെട്ടെന്ന് തീരുമാനമെടുക്കാൻ കാരണം അനുഭവമില്ലാത്തൊരാൾ ഞാൻ പറയുന്ന കാര്യങ്ങൾ സാധാരണമല്ലാത്തതുകൊണ്ടുതന്നെ മുഖവിലക്കെടുക്കാൻ തയ്യാറായിക്കൊള്ളണമെന്നില്ലയെന്ന തിരിച്ചറിവുകൊണ്ടാണ്.

ഷേണായിച്ചേട്ടൻ എന്റെ വാക്കുകളെ അവിശ്വസിക്കുന്നൊരു സാഹചര്യമുണ്ടാകുകയെന്നത് എന്നെ സംബന്ധിച്ചിടത്തോളം ആത്മഹത്യാപരംതന്നെയാണ്. അങ്ങനെ സംഭവിക്കാതിരിക്കാൻ അപ്പോൾ തോന്നിയൊരു കളവ് പറഞ്ഞു.

പറക്കാൻ പ്രായമാകാത്തൊരു കിളിക്കുഞ്ഞ് ഇന്നലെ സന്ധ്യക്ക് മരച്ചില്ലയിലുണ്ടായിരുന്നു. അത് വീണുകിടക്കുന്നുണ്ടാകുമോയെന്ന് നോക്കിയതാ!

ഞാൻ പറഞ്ഞയാ'മനോഹര' കളവിന്റെ ഫലം എനിക്കുനേരെ തിരിച്ചുവന്നത് അമ്പരപ്പിക്കുന്ന വിധത്തിലായിരുന്നു. ഇടതുകയ്യിലിരുന്ന തേക്കിലകുമ്പിൾ തുറന്നു കാണിച്ചുകൊണ്ട് വൃദ്ധൻ ചോദിച്ചു,

ഇതാണോ കുഞ്ഞേ, കുഞ്ഞിന്റെ കിളിക്കുഞ്ഞ്?

അക്ഷരാർത്ഥത്തിൽതന്നെ ഞാൻ ഞെട്ടിനിന്നുപോയി.

അത്ഭുതങ്ങളെന്നല്ലാതെന്തു പറയാൻ! വൃദ്ധനെന്നെ ശകാരിക്കുമെന്ന് ചിന്തിച്ചപ്പോൾ അങ്ങനെ സംഭവിച്ചു. ഇപ്പോൾ ഇല്ലാത്തൊരു കിളിക്കുഞ്ഞിന്റെ കാര്യം പറഞ്ഞപ്പോൾ ഒരു കിളിക്കുഞ്ഞിനെ എനിക്കു നേരെ നീട്ടിനിൽക്കുന്നു!

പെട്ടെന്നെനിക്കുണ്ടായ സംശയം മറ്റൊന്നാണ്. ഈ വൃദ്ധനൊരു മാന്ത്രികനാണോ... അതോ ഞാനാണോ മാന്ത്രികൻ?!

ഈ കിളിക്കുഞ്ഞിനെ ഷേണായിച്ചേട്ടന് എവിടുന്ന് കിട്ടി?

പതറിത്തെറിച്ച ശബ്ദത്തിലുള്ള എന്റെ ചോദ്യത്തിന് അദ്ദേഹം നൽകിയ മറുപടി കഴിഞ്ഞതിനേക്കാൾ ഞെട്ടിക്കുന്നതായിരുന്നു.

എന്റെ പൊന്നുകുഞ്ഞേ... ഒന്നും പറയണ്ടാ... പാതിരാത്രിയായപ്പോൾ കൂരക്കുമുകളിൽ എന്തോ കട്ടിയുള്ള സാധനം വന്നു വീഴുന്ന ശബ്ദംകേട്ട് ഇറങ്ങിച്ചെന്നു നോക്കുമ്പോഴുണ്ട്, വെളുത്ത പന്തുപോലെയുള്ളതെന്തോ ഒന്നു കിടക്കുന്നു.

ഞാനകത്തുപോയി ചൂട്ടുകറ്റ കത്തിച്ചുകൊണ്ടുവന്നു നോക്കുമ്പോഴതവിടെയില്ല. പകരം, പറക്കമുറ്റാത്ത ഈ കിളിക്കുഞ്ഞിനെയാണ് കണ്ടത്.

അതങ്ങ് പോയ്ക്കൊള്ളുമെന്ന് കരുതിയതാ...പക്ഷെ, പുലർച്ചെ നോക്കുമ്പോഴും ഇതവിടെത്തന്നെയുണ്ട്. കൂരേലൊന്നുമിരുപ്പില്ല, പാലോ പഴമോ മറ്റോ ഇരിപ്പുണ്ടെങ്കിൽ കുഞ്ഞിതിന് കൊടുത്താട്ടെ!

പറഞ്ഞുകൊണ്ട് വൃദ്ധൻ ആ ഇലയോടെ കിളിയെ താഴെ വെച്ചു. അതെന്നെ നോക്കി എന്തൊക്കെയോ അപശബ്ദം പുറപ്പെടുവിച്ചു.

ഞാനകത്തുപോയി തലേന്ന് വാങ്ങിവെച്ചിരുന്ന ഞാലിപ്പൂവൻ പഴത്തിൽ നിന്നുമൊന്നെടുത്തു കൊണ്ടുവന്നു. നിലത്തിരുന്ന് കിളിയെയെടുത്തു മടിയിൽ വെച്ച് പഴം കൊടുക്കാൻ ശ്രമിച്ചെങ്കിലും അതെന്റെ കയ്യിൽക്കൊത്തിക്കുതറിച്ചാടി ഷെഡ്ഡിനുള്ളിലേക്കോടിപ്പോയി. പിന്നാലെ ചെന്ന് ഞങ്ങളിരുവരും തിരഞ്ഞെങ്കിലും കേടുവന്ന ധാരാളം പണിയായുധങ്ങൾ കൂടിക്കുഴഞ്ഞു കിടക്കുന്നതിനിടയിൽ നിന്നും അതിനെ കണ്ടുപിടിക്കാൻ കഴിഞ്ഞില്ല. തെറുത്തു ചാരിവെച്ചിരുന്ന പായ നിവർത്തിയിട്ടതിലിരുന്നുകൊണ്ട് വൃദ്ധൻ ചോദിച്ചു,

സിനിമാക്കഥയെന്തായി കുഞ്ഞേ...?

അതങ്ങനെയെഴുതിപ്പോകുന്നു ചേട്ടാ... കുറച്ചുദിവസങ്ങൾ വേണ്ടിവരും അതൊരു കരക്കെത്തിക്കാൻ! എന്റെയൊരു മെല്ലപ്പോക്ക് നയമനുസരിച്ച് മാസങ്ങൾ തന്നെ വേണ്ടിവരുമെന്നെനിക്കറിയാമെങ്കിലും അതുപറഞ്ഞാൽ ചിലപ്പോൾ വൃദ്ധൻ അലോസരപ്പെട്ടേക്കുമെന്ന് തോന്നിയതുകൊണ്ടാണ് പറച്ചിലിൽ ദിവസങ്ങളാക്കി ചുരുക്കിയത്.

ഞങ്ങൾ സംസാരിച്ചുകൊണ്ടിരിക്കുമ്പോൾ ആരോ നടന്നുവരുന്നതായിത്തോന്നിയ ഞാൻ പുറത്തേക്ക് നോക്കുമ്പോൾ മുതലാളി വരുന്നതു കണ്ടമ്പരന്നു ഓടി അടുത്തുചെന്നുകൊണ്ടു പറഞ്ഞു.

അയ്യോ... ആരെയെങ്കിലും വിട്ടൊന്നറിയിച്ചിരുന്നെങ്കിൽ ഞാനങ്ങോട്ടു വന്നേനെയല്ലോ കമാന്റർ സാബ്!

അദ്ദേഹത്തിന്റെ ഓർക്കാപ്പുറത്തുള്ളയീവരവിന്റെ ലക്ഷ്യത്തിൽ ആശങ്കതോന്നിയത് കൊണ്ടാണ് അദ്ദേഹമിഷ്ടപ്പെടുന്നതെന്ന് എനിക്ക് ബോധ്യപ്പെട്ട ആ സംബോധന തന്നെ ചെയ്തത്.

ചിരിച്ചുകൊണ്ടദ്ദേഹം പറഞ്ഞ മറുപടി എനിക്കപ്പോൾ വി

ലമതിക്കാൻ കഴിയാത്ത ഒന്നായി തോന്നി.

ഒരു കഥാകൃത്തിനെ "വന്നു" കാണുന്നതിൽ എനിക്ക് അഭിമാനക്കുറവൊന്നും തോന്നുന്നില്ല വചനാ...!

അദ്ദേഹമങ്ങനെ കഥാകൃത്തെന്ന് എന്നെ തീർത്ത് വിളിച്ചതിന്റെ കാരണമെന്തെന്ന് ചിന്തിച്ചു ഞാനത്ഭുതംകൊണ്ടു. ആകെ എന്റേതായി വായിച്ചിട്ടുള്ളത് മുതലാളി തന്നെ പറഞ്ഞെഴുതിയ പട്ടാളക്കഥമാത്രമാണ്. പക്ഷെ, എന്നെക്കുറിച്ച് കൂടുതൽ മനസ്സിലാക്കിയത് പോലെയാണദ്ദേഹമിപ്പോൾ ഇടപെടുന്നത്. വൃദ്ധൻ പുറത്തേക്കിറങ്ങിവന്നപ്പോഴദ്ദേഹം ചോദിച്ചു,

അല്ല, ചേട്ടൻ 'കുഞ്ഞിന്റെ' കൂടെത്തന്നെ കൂടിയിരിക്കുകയാണല്ലേ?

ഓ... അങ്ങനെയൊന്നുമില്ല... വല്ലപ്പോഴും...!

വൃദ്ധൻ ഒരു വശത്തേക്ക് മാറിനിന്നു തോളിൽ കിടന്ന തോർത്തെടുത്ത് നന്നായൊന്നു കുടഞ്ഞുപിടിച്ചുകൊണ്ടു പറഞ്ഞു.

അങ്ങനെ വല്ലപ്പോഴുമാക്കണ്ട ചേട്ടാ... എപ്പോഴും ഇവിടെ വരുന്നത് നല്ലത് തന്നാ... എങ്കിലല്ലേ കഥകൾ മോഷ്ടിച്ചുകൊണ്ടുവന്നെനിക്ക് തരാൻ പറ്റൂ!

അങ്ങനെ പറഞ്ഞുകൊണ്ട് കയ്യിൽ ചുരുട്ടിപ്പിടിച്ചിരുന്ന കടലാസുകൾ എനിക്കു തന്നു.

അപ്പോഴാണെനിക്ക് കാര്യങ്ങൾ വ്യക്തമായത്. ഷേണായിച്ചേട്ടൻ ഞാനറിയാതെ ഒട്ടുമിക്ക കഥകളും മുതലാളിക്ക് കൊടുത്തിരുന്നു. ആതെല്ലാം വായിച്ചതിന്റെ ഫലമാണിപ്പോഴെന്നെ കഥാകൃത്തെന്ന് തീർത്ത് വിളിക്കാനദ്ദേഹത്തിന് പ്രചോദനമായത്.

തമാശക്കാണെങ്കിലും ഷേണായിച്ചേട്ടൻ കഥകൾ മോഷ്ടിച്ചുവെന്ന പരാമർശം എന്നെ വേദനിപ്പിക്കുകതന്നെ ചെയ്തു. ഞാൻ വേഗമിടപെട്ടു.

കമാന്റർ സാബ്,

ഞാനെന്തെങ്കിലുമെഴുതുന്നുവെങ്കിലതിന് ഷേണായിച്ചേട്ടൻ വായിക്കട്ടെയെന്ന ലക്ഷ്യം മാത്രമാണിപ്പോഴെനിക്കുള്ളത്. കാരണം...!

ഞാൻ പറഞ്ഞു തീരുംമുൻപ് മുതലാളി ഇടപെട്ടു.

കാരണമൊന്നും പറയണ്ട വചനാ... താനീ നാട്ടിൽ വന്നപ്പോൾ മുതലുള്ള കാര്യങ്ങളെല്ലാം ഈ നിൽക്കുന്നയാൾ എന്നോട് പറഞ്ഞു. സത്യത്തിൽ കുറച്ചു ദിവസങ്ങളെങ്കിലും തന്നെയൊ

രു കൃഷിപ്പണിക്കാരനാക്കിയതിൽ ക്ഷമ ചോദിക്കാനുമെനിക്ക് മടിയില്ല.

കലാകാരന്മാരിൽ ഞാനേറ്റവുമിഷ്ടപ്പെടുന്നത് എഴുത്തുകാരെയാണ്. കാരണം, അവർ മനസ്സുകൾ വായിക്കുന്നവരാണ്. ഞാൻ പറഞ്ഞകഥകൊണ്ട് താനത് തെളിയിക്കുകകൂടി ചെയ്തു!

അടുത്ത പടിയായി അദ്ദേഹമെന്നോട് ക്ഷമ പറഞ്ഞേക്കുമോയെന്ന് സംശയിച്ചുപോയ ഞാൻ പറഞ്ഞു.

അവിടെ, കമാന്റർ സാബിന് തെറ്റുപറ്റിയെന്നു തോന്നുന്നു. ഒരെഴുത്തുകാരന് ആത്മാംശം നിലനിർത്തിയെഴുതണമെങ്കിൽ അനുഭവങ്ങളുടെ ചൂടറിഞ്ഞേ മതിയാകൂ. അല്ലാത്തവക്ക് വെറും അക്ഷരക്കസർത്തുകളുടെ ശുഷ്കബലം മാത്രമേയുണ്ടാകൂ... അത്തരം രചനകൾ ആസ്വാദകർക്ക് ചിന്തകൾപോലും പലപ്പോഴും നൽകുന്നുണ്ടാവില്ല. സമൂഹത്തിന് ഏതെങ്കിലും തരത്തിൽ ഗുണം നൽകാത്ത രചനകൾ വെറും കടലക്കടലാസ് മാത്രമാണെന്നാണ് എന്റെ പക്ഷം.

സാബ് എന്നോട് ക്ഷമ പറയുകയല്ല, അനുഭവങ്ങൾക്ക് അവസരം തന്ന സാബിനോട് ഞാൻ നന്ദി പറയുകാണ് വേണ്ടത്. അതിനുള്ള നല്ലോരവസരം വന്നു ചേരുമെന്ന പ്രതീക്ഷയിലാണ് ഞാൻ!

പറഞ്ഞു നിർത്തിയപ്പോൾ അദ്ദേഹം കുലുങ്ങിചിരിച്ചുകൊണ്ട് ചോദിച്ചു,

തനിക്കാരാടോ വചനവിദ്യൻ എന്ന് പേരിട്ടത്?

പെട്ടെന്ന് വൃദ്ധൻ ഖേദത്തോടെ പറഞ്ഞു, ഇവിടെ മുതലാളിക്കിരിക്കാൻ കസേരയും മറ്റുമില്ലാ... എന്താണിപ്പോ ചെയ്കാ!

ചേട്ടനതിനിപ്പോഴൊന്നും ചെയ്യണ്ടാ... ഞാനിവിടെയിരുന്നോളാം!

പറഞ്ഞുകൊണ്ടദ്ദേഹം മുറിച്ചടുക്കിവെച്ചിരുന്ന റബർതടികൾക്ക് മുകളിലിരുന്നു പോക്കറ്റിൽ നിന്നും സിഗററ്റും ലൈറ്ററുമെടുത്ത് കത്തിച്ചു വലിച്ചുതുടങ്ങി. തിരക്കഥയെവിടെവരെയായി..?

അദ്ദേഹത്തിൽ നിന്നുമാചോദ്യം പ്രതിക്ഷിച്ചുതന്നെയായിരുന്നു എന്റെ നിൽപ്പ്. അതുകൊണ്ടു തന്നെ മറുപടി പറയാൻ വളരെയെളുപ്പവുമായിരുന്നു.

സാബ്, ഇതുവരെ പതിനൊന്നു കഥാപാത്രങ്ങൾ, അവരുടെ സ്വഭാവരീതികൾ, അവർ തമ്മിലുള്ള ബന്ധങ്ങൾ, ഓരോരു

ത്തരും അഭിമുഖീകരിക്കേണ്ടുന്ന സാഹചര്യങ്ങൾ തുടങ്ങി എനിക്കു ലഭിച്ച “വൺലൈനിന്” അനുയോജ്യമായ എല്ലാ ഭാഗങ്ങളും അല്പം വിശദമായിത്തന്നെയെഴുതി വെച്ചു. ഡയറക്ടർ സാറിനോട് തിരക്കഥയിലേക്ക് നേരിട്ട് കടക്കാമെന്ന് അന്ന് ഞാൻ പറഞ്ഞിരുന്നെങ്കിലും ലഘുവായെങ്കിലും കഥയെഴുതിയിട്ട് തിരക്കഥയിലേക്ക് കടക്കുന്നതാകും നല്ലതെന്ന് പിന്നീട് ചിന്തിച്ചപ്പോൾ തോന്നിയതുകൊണ്ടാണത്.

നാളെ മുതൽ തിരക്കഥയെഴുതിത്തുടങ്ങാമെന്നാണ് കരുതുന്നത്!

എന്റെ വിശദീകരണം തൃപ്തമാണന്ന് സൂചിപ്പിക്കുംവിധമദ്ദേഹം തലകുലുക്കി.

വീണ്ടും പുകവലിച്ച് ആലോചിച്ചിരുന്നശേഷം ചോദിച്ചു,

ആകെ അഞ്ചു ചെറുകഥകൾ വായിച്ചു. അതെക്കുറിച്ചൊന്നുമിപ്പോൾ അഭിപ്രായം പറയുന്നില്ല. എഴുതിയ മറ്റുകഥകൾ വല്ലതുമുണ്ടോ, തന്റെ കയ്യിൽ?

എന്റെ കയ്യിലപ്പോൾ അദ്ദേഹം കൊണ്ടുത്തന്ന കടലാസുകൾ പരിശോധിച്ചിട്ട് ഞാൻ പറഞ്ഞു.

ഇതുകൂടാതെ ചിലപ്പോൾ രണ്ടോ, മൂന്നോ എണ്ണം കൂടിയുണ്ടാകും സാബ്!

ഒന്നിങ്ങെടുത്തുകൊണ്ടുവാ... നോക്കട്ടെ!

എനിക്കു വലിയ അഭിമാനം തോന്നി. ഇദ്ദേഹത്തെപ്പോലൊരാൾ ചോദിച്ചുവാങ്ങാനും മാത്രം നിലവാരം എന്റെ കഥകൾക്ക് ഉണ്ടെങ്കിൽ എനിക്കഭിമാനിക്കാതെ തരമില്ല.

അതുകൊണ്ട് അഭിമാനചിന്ത ഒട്ടും കുറക്കാതെ തന്നെ അകത്തുപോയി തോൾ സഞ്ചിയിൽ പരതി ഒന്നെടുത്തുകൊണ്ടുവന്ന് അദ്ദേഹത്തിനു നൽകി. ഞാനും ഷേണായിച്ചേട്ടനും കേൾക്കാൻ തയ്യാറായി മരങ്ങളിൽ ചാരി നിൽക്കുമ്പോൾ അദ്ദേഹം വായിച്ചുതുടങ്ങി.

കൃഷിയോഫീസർ പദവിയിലിരുന്ന് ജീവിതത്തിന്റെ നല്ലൊരു പങ്കും ചിലവാക്കി ജനസേവനം പൂർത്തിയാക്കി. അത് ഞാനായിട്ടു പൂർത്തിയാക്കിയതല്ല. സർക്കാർ സംവിധാനങ്ങൾ തീരുമാനങ്ങൾ നടപ്പാക്കി വിധി പറയുന്നതിന്റെ ഭാഗമായി കാര്യങ്ങൾ നടന്നപ്പോൾ മറ്റേതൊരു ഉദ്യോഗസ്ഥനെയും പോലെ ഞാനും അതംഗീകരിക്കേണ്ടി വന്നുവെന്ന് മാത്രം! മാനസികമായും ശാരീരികമായും കൃഷിയോഫീസർ തന്നെയാണ് ഞാനിപ്പോഴും.

അതുകൊണ്ടാണ് പ്രാതൽ കഴിഞ്ഞ് ബാഗും കുടയുമെടുത്ത് പതിവ് പോലെ ഓഫീസ് പടിക്കൽ വരെ ചെല്ലുന്നതും തരം കിട്ടിയാൽ പുതിയ കൃഷിയോഫീസറോട് നിന്റെ സുപ്പീരീയർ ഓഫീസറാണ് ഞാനെന്ന ഭാവത്തിൽ നിർദ്ദേശങ്ങളും ഗുണദോഷങ്ങളും നൽകുന്നതും. പുതിയ ഓഫീസറുടെ ചെറുപ്പവും കാര്യങ്ങളിലെ ഗ്രാഹ്യക്കുറവും ഒരു പരിധിക്കും മുകളിൽ സുപ്പീരിയർ കളിച്ചുപോകാൻ അവസരങ്ങളുമുണ്ടാക്കി.

പദവിയില്ലാത്തവന്റെ വേദന പദവിയിലിരുന്നിട്ടുള്ളവനേ അറിയൂ! സർക്കാർ എന്നു പറയുന്നത് എന്താണെന്നു ഞാൻ ആദ്യമായി ചിന്തിച്ചു തുടങ്ങുന്നത് തന്നെ ഓഫീസിന്റെ അവസാന പടിയുമിറങ്ങി റോഡിലേക്ക് കാലെടുത്തുവെച്ച ഔദ്യോഗിക ജീവിതത്തിന്റെ അവസാനദിവസമാണ്. ഇതുവരെ എനിക്കു ശമ്പളം പറ്റാനും, സാർ എന്ന വിളികേട്ട് ബഹുമാനം നിലനിർത്തിക്കൊണ്ടുപോകാനും കഴിഞ്ഞു. യാത്രയയപ്പ് കേമമായിത്തന്നെ നൽകിയ സഹ പ്രവർത്തകരാണ് എന്നെ അവസാനമായി സാറെന്ന് വിളിച്ചത്. അതിനുശേഷം അറിയുന്നവർക്കും അയൽക്കാർക്കുമെല്ലാം സാറെന്ന് വിളിക്കാൻ ഒരു വിമ്മിഷ്ടം പോലെ.

ഇത് ശരിയാവില്ല, ശമ്പളം കിട്ടിയില്ലെങ്കിലും കുഴപ്പമില്ല. ബഹുമാനം നിലനിർത്തിയേതീരു! ദിവസങ്ങൾക്കു മുൻപുവന്നൊരു പത്രവാർത്തയാണ് ആകെയൊരു പ്രതീക്ഷതരുന്നത്. വകുപ്പിൽ നിന്നും പെൻഷനായ അർഹതയുള്ള ഓഫീസർമാരെ ഉപവകുപ്പുകളിലേക്ക് നിയമനം നടത്താനുള്ള സാധ്യത പരിശോധിക്കുന്നുവെന്നായിരുന്നു അത്. വകുപ്പുതലത്തിലൊരന്വേഷണം നടത്തി തന്റെ നിയമനത്തിനാവശ്യമായ സമ്മർദ്ദതന്ത്രം ചെലുത്താൻ, നാട്ടിലെ നാനാവിധ കാര്യങ്ങളിലെയും "അച്ചാർ" ആയ ബി. എസ്. എന്ന ഓമനപ്പേരിലറിയപ്പെടുന്ന ബഹുഗുണ സുഗുണനെ വണ്ടിക്കൂലിക്ക് രൂപ പതിനായിരം കൊടുത്ത് തലസ്ഥാനത്തേക്കയച്ചിട്ടിപ്പോൾ രണ്ടു ദിവസങ്ങൾ കഴിഞ്ഞിരിക്കുന്നു.

സുഗുണൻ സന്തോഷവാർത്തയുമായി വരുന്നതും പ്രതീക്ഷിച്ചുള്ള കാത്തിരുപ്പിനിടയിൽ മറ്റു ചില പദ്ധതികളെക്കുറിച്ചും ആലോചിക്കാതിരുന്നില്ല. കല്യാണം കഴിച്ചയക്കാൻ ഒരു മകൾ കൂടിയുണ്ട്. അതിനാവശ്യമുള്ള രൂപ പെൻഷനായും മറ്റും ബാങ്കിലുണ്ട്. എന്നാലും എല്ലാറ്റിനും പണച്ചിലവ് അധി

കരിച്ചു വരുന്നയീകാലത്ത് ആവശ്യക്കാർക്ക് കുറേച്ചെ പണം നൽകി അതിൽ നിന്നും ഒരു വരുമാനം കണ്ടെത്തുന്നതിനെക്കുറിച്ച് ചിന്തിച്ചുനോക്കി. സംഗതി കൊള്ളാമെന്ന് തോന്നിയെങ്കിലും ഒരു വലിയ പ്രശ്നം അവിടെത്തുടങ്ങാൻ സാദ്ധ്യത കൂടുതലാണെന്ന് തിരിച്ചറിഞ്ഞ് അപ്പോൾത്തന്നെ ആ പദ്ധതി ഉപേക്ഷിക്കുകയും ചെയ്തു. ഇപ്പോൾത്തന്നെ സാറെന്ന വിളി അവസാനിപ്പിച്ചവർ, "ബ്ലേഡ് പിള്ള" യെന്ന് യാതൊരു മനസ്സാക്ഷിക്കുത്തും കൂടാതെ ഒളിഞ്ഞും തെളിഞ്ഞും വിളിച്ചുതുടങ്ങും. എന്റെ പണം കൊടുത്ത് എന്റെ പേര് ചീത്തയാക്കുന്നത്, കൂലിക്കാളെ നിർത്തി എന്നെ നോക്കി കൊഞ്ഞനം കുത്താൻ ഞാൻ തന്നെ ഏർപ്പാട് ചെയ്യുന്നതുപോലെയായിപ്പോകും. അതുകൊണ്ട് അപ്പണി വേണ്ടാ!

അല്ലെങ്കിൽത്തന്നെ, കഴിഞ്ഞ മുപ്പത്തിയഞ്ച് വർഷങ്ങളായി "അത്തിമരത്തിലെ ഇത്തിൾക്കണ്ണി" പോലെ കൂടെക്കഴിയുന്ന ഭാര്യപോലും അല്പം ബഹുമാനത്തോടെ തന്നെ വിളിക്കാറില്ല. ആരെങ്കിലും വന്ന് സാറെന്തിയേയെന്ന് ചോദിച്ചാൽപ്പോലും "അങ്ങേര്" കുളിക്കുവായെന്നങ്ങ് പറഞ്ഞുകളയും!

അപ്പോൾപിന്നെയെന്ത് ചെയ്യും?!

ഉമ്മറത്ത് ചാരുകസേരയിൽ ആലോചിച്ചിരുന്നൊന്ന് മയങ്ങുമ്പോഴാണ് മനസ്സിന് കുളിർമ്മ നൽകുന്ന കറതീർത്തൊരു "സാറേ" വിളി കേട്ടത്. കണ്ണു തുറന്നപ്പോൾ സാക്ഷാൽ ബഹുഗുണ സുഗുണൻ മുന്നിൽ!

ഇരിക്ക് സുഗുണാ... എന്തായി പോയകാര്യം?

കസേര ചൂണ്ടിയുള്ള എന്റെ ചോദ്യത്തിന് ഇരുന്നശേഷമാണ് ആ നീണ്ട മറുപടി പറഞ്ഞു തുടങ്ങിയത്.

എന്റെ പൊന്നു സാറേ... ഒന്നും പറയണ്ടാ... ഞാൻ പെട്ടുപോയെന്ന് പറഞ്ഞാൽ മതിയല്ലോ...

വകുപ്പു മന്ത്രിയുടെ പി. എ. യെ കാണാൻ ഇന്നേ തരമായുള്ളൂ, കാര്യമറിഞ്ഞു!

ഉപവകുപ്പുകളിലേക്കുള്ള നിയമനകാര്യങ്ങളുടെ ഉത്തരവുണ്ടാകാൻ ആറുമാസമെങ്കിലും സമയമെടുക്കും. സാറുതന്നു വിട്ട രൂപയും, സാറിന്റെ വിവരങ്ങളടങ്ങുന്ന ഫയലും നമ്മുടെ ലാലപ്പൻ ക്ലർക്കിനെയേൽപ്പിച്ചിട്ടുണ്ട്. ആദ്യ പരിഗണനയിൽ സാറിന്റെയും പേരുണ്ടാക്കാൻ ശ്രമിക്കാമെന്ന് ലാലപ്പനേറ്റിട്ടുണ്ട്. പക്ഷെ, ഉത്തരവുണ്ടായാലുടൻ "ഒന്ന്" അങ്ങെത്തിച്ചേ

ക്കണമെന്ന് മാത്രം.

ഉത്തരവുണ്ടാക്കുന്നതുപോലെ ഇല്ലാതാക്കാനും കഴിയുമെന്ന് സുചിപ്പിച്ചത് “ഒന്ന്” ഉറപ്പാക്കാൻ വേണ്ടിയാണെന്ന് തോന്നുന്നു!

എനിക്കറിയേണ്ടുന്ന അത്യാവശ്യമുള്ള കാര്യങ്ങൾ മുഴുവൻ പറഞ്ഞിട്ടാണ് സുഗുണൻ നിർത്തിയത്. ആ ഗുണം കൊണ്ടുതന്നെയാണ് സുഗുണനെ നാട്ടിലെല്ലാവരും “അച്ചാർ“ ആയി അംഗീകരിച്ചിരിക്കുന്നതും. എനിക്കു സന്തോഷമായി. ഞാൻ പറഞ്ഞു. സുഗുണാ, ലാലപ്പനേറ്റിട്ടുണ്ടെങ്കിൽ കാര്യം നടക്കും. ഒന്നുമില്ലേലും അവന്റപ്പൻ എന്റെ പഴയ സുഹൃത്തല്ലേ,

പിന്നെ, ഒന്നിന്റെ കാര്യം! അത് ഉത്തരവു വന്നാലുടൻ കൊടുക്കാം...പക്ഷെ, ഇപ്പോഴെന്റെ പ്രശ്നം ഇതുകൊണ്ടു പരിഹരിക്കില്ലല്ലോ സുഗുണാ...

അതൊന്നായി വരുന്നതുവരെ മുഖ്യധാരയിൽത്തന്നെ ഞാനുണ്ടാവണം. അതിനിപ്പോഴെന്താണൊരു മാർഗ്ഗം?

എന്റെ ചോദ്യം മനസ്സിലാകാതെ അച്ചാറെന്നെ മിഴിച്ചുനോക്കി ചോദിച്ചു,

സാറെന്താണുദ്ദേശിക്കുന്നത്?

സമൂഹമദ്ധ്യത്തിലൊരു കസേരയില്ലാത്ത ജീവിതം എനിക്കു തീർത്തും അസഹ്യമായിത്തീർന്നെന്ന് അല്പം വളഞ്ഞ വഴിയിൽക്കൂടിപ്പറഞ്ഞു സുഗുണനെ ബോധ്യപ്പെടുത്തിയ കൂട്ടത്തിൽ, തല്ക്കാലം കിട്ടുന്ന കസേര സർക്കാരോഫീസിൽത്തന്നെ വേണമെന്നില്ലെന്നും എന്റെ അന്തസ്സിനുചേരുന്ന പുറംകസേരയും പരിഗണിക്കുമെന്നുകൂടി അറിയിച്ചപ്പോൾ അല്പാലോചനക്കുശേഷം സുഗുണൻ ചോദിച്ചു,

സാറിന് പ്രസിഡന്റാകാമോ?

പ്രസിഡന്റോ... എന്തിന്റെ? എനിക്കത്ഭുതമായി.

സാറിനറിയാമല്ലോ, ഞങ്ങളുടെ “പൊളിച്ചെഴുത്ത്” സംഘടനയുടെ പ്രസിഡന്റ് ദിവ്യലോകം പൂകിയകാര്യം. അടുത്താഴ്ചയാണ് പ്രസിഡന്റ് തെരഞ്ഞെടുപ്പ്. സാറ് നിന്നാൽ പുഷ്പം പോലെ ജയിക്കും. ഞാൻ ജയിപ്പിക്കും!

സുഗുണന്റെ ചോദ്യവും ജയിപ്പിക്കാമെന്ന ഉറപ്പും കേട്ടപ്പോഴെനിക്കും താത്പര്യം ജനിച്ചു.

അല്ല സുഗുണാ, ഞാനാ കസേരയിലിരിക്കുന്നതുകൊണ്ട്... ഗുണപരമായതെന്തെങ്കിലും...?

എന്റെ ചോദ്യത്തിന്റെ പൊരുൾ മനസ്സിലാക്കിയ സുഗുണൻ വിശദീകരിച്ചു.

മാസത്തിൽ രണ്ടോ, മൂന്നോ ചർച്ചാ സമ്മേളനങ്ങളെങ്കിലുമുണ്ടാകും. അത് നാടിന്റെ പലഭാഗങ്ങളിൽ വെച്ചാകുന്നത്കൊണ്ട് ടാക്സിക്കൂലി, ഭക്ഷണം, റൂം വാടക തുടങ്ങി ഇല്ലാത്ത തലവേദനയ്ക്ക് "വായുഗുളിക" വാങ്ങുന്നതുവരെയുള്ള ചിലവുകൾക്ക് പ്രസിഡന്റിന്റെ അധികാരമുപയോഗിച്ചു തന്നെയെഴുതിയെടുക്കാം. ശമ്പളം പേരിനേയുള്ളെങ്കിലും പലയിടത്തുനിന്നും ഉപഹാരങ്ങളും മറ്റും ലഭിക്കും. അതുകൊണ്ടാണ് പൊളിച്ചെഴുത്ത് സംഘടനയുടെ പ്രസിഡന്റ് തെരഞ്ഞെടുപ്പ് വാശിയേറിയതാകുന്നത്. കേട്ടപ്പോഴെനിക്ക് താല്പര്യം പോയി, ആ കസേര സ്വന്തമാക്കണമെന്ന വാശി തന്നെ തോന്നി. അതുകൊണ്ട് കൂടുതൽ വിശദീകരണം തേടി.

സുഗുണാ, എന്താണീ സംഘടന പൊളിച്ചെഴുതുന്നത്.

സുഗുണൻ ആവേശത്തിലായി.

സംശയമെന്താ... പൈതൃക, പാരമ്പര്യങ്ങൾ തന്നെയാണ് പൊളിച്ചെഴുതുന്നത്. പ്രത്യേകിച്ച് മലയാളികളുടെ ഭക്ഷണശീലങ്ങൾ തന്നെ!

ഒരു "കുഞ്ഞു" ഞെട്ടലാണത് കേട്ടപ്പോഴെനിക്കുണ്ടായത്. ഞെട്ടലോടെ തന്നെ ചോദിച്ചു, ങേ... ഭക്ഷണശീലം പൊളിച്ചെഴുതുകയോ... എന്നുവെച്ചാൽ...?

സുഗുണന്റെ വിശദീകരണം വന്നു.

സാറൊന്നാലോചിച്ചു നോക്കിക്കേ, ഉദാഹരണത്തിന് ഉച്ചയൂണ് തന്നെയെടുക്കാം. അരിക്കൊക്കെയിപ്പഴെന്താ വില... അതിന്റെ കറികളും ചേർത്ത് "ഊണായി മേശമേലെത്തുമ്പോൾ വരുന്ന ചിലവിനെക്കുറിച്ചൊന്ന് ചിന്തിക്കുമ്പോൾ തന്നെയറിയാം ഞങ്ങളുടെ സംഘടനയുടെ നിലപാടുകളുടെ പ്രസക്തി. അതുകൊണ്ട് ഊണിനു പകരം നനകെഴങ്ങ്, അവിച്ചൂറ്റിയ ഉണക്കക്കപ്പ, ചേമ്പുംതട, അതൊന്നും പോരെന്നു നിർബന്ധമുള്ളവർക്ക് പച്ചക്കപ്പയോ കാച്ചിലോ, പരമാവധി ചേനവരെയോ ആകാം. ഇതിനായി ജനങ്ങളെ ബോധവൽക്കരിക്കലാണ് സംഘടനയുടെ പരമപ്രധാന ലക്ഷ്യം. ചർച്ചാ ക്ലാസ്സുകൾ സംഘടിപ്പിക്കുന്നിടത്ത് ചെല്ലുക, ജനങ്ങളെ മാറി ചിന്തിക്കാൻ പ്രേരിപ്പിച്ചു പ്രസംഗിക്കുക, ഉപഹാരങ്ങൾ കിട്ടിയാൽ സ്വീകരിച്ചു നന്ദി പറയുക, മടങ്ങി ഓഫീസിലെത്തിയാലുടൻ ചിലവ് എഴുതിയെ

ടുക്കുക, ഇത്രയേയുള്ളു സാറേ കാര്യം!

സുഗുണൻ പറഞ്ഞു നിർത്തിയപ്പോൾ ഞാൻ തീരുമാനിച്ചു കഴിഞ്ഞിരുന്നു. ഞാൻ തന്നെ പ്രസിഡന്റ്!

സമൂഹസാന്നിധ്യമായി "സാറേ" വിളി നിലനിർത്തിക്കൊണ്ടു പോകാനും "ബ്ലേഡ്പിള്ള" യെന്ന വിളികേൾക്കാതെ തന്നെ തെറ്റില്ലാത്ത വരുമാനമുണ്ടാക്കാനും തൽക്കാലം ഇതിലും നല്ലൊരവസരം വരാനില്ല!

സുഗുണനാവശ്യപ്പെട്ട, പേര്, വിലാസം, ജനനത്തീയതി, "വഹിച്ചിരുന്ന" ഉദ്യോഗം തുടങ്ങിയവ തെളിയിക്കുന്ന രേഖകളും ഫോട്ടോയും, കൂട്ടത്തിൽ സുഗുണനെയിനി പിന്നോട്ടടിക്കാൻ കഴിയാത്തവിധം ഉറപ്പിച്ചുനിർത്താൻ കുറച്ചു രൂപയും കൂടി മുകളിൽ തന്നെ വെച്ചുനൽകി.

സാറിനി ഓഫീസിൽ വന്നൊരു ഒപ്പിട്ടു നൽകിയാൽ മതിയെന്നും പ്രചരണ പരിപാടികൾ താൻ തന്നെ ചെയ്തുകൊള്ളാമെന്നുമറിയിച്ചപ്പോൾ, വിജയിച്ചുവരണമെന്നനുഗ്രഹിച്ചയച്ചശേഷം കസേരയിൽ പിന്നിലേക്ക് ചാരി കണ്ണുകളടച്ചു.

ഈ പൊളിച്ചെഴുത്തും തച്ചു തകർക്കലുമെല്ലാം വളരെ രസമുള്ള കാര്യങ്ങളാണല്ലോയെന്നോർത്ത് ആനന്ദിച്ചിരിക്കുമ്പോഴാണ് ഇടിവെട്ടേറ്റതുപോലൊരു ചിന്ത മനസ്സിലേക്ക് കടന്നുവന്നത്.

ഇതെങ്ങനെ ശരിയാകും... എന്തുപേക്ഷിച്ചാലും ഉച്ചയൂണ് ഉപേക്ഷിക്കാനെനിക്ക് പറ്റില്ല. മാത്രമല്ല, ഇത്രനാളും നെല്ലരിയുടെ മഹത്വത്തെക്കുറിച്ചും നെൽകൃഷി വ്യാപിപ്പിക്കേണ്ടതിന്റെ ആവശ്യകതയെക്കുറിച്ചുമൊക്കെ പറഞ്ഞും പ്രസംഗിച്ചും നടന്ന ഞാൻ അതിനെതിരെ സംസാരിച്ചു രംഗത്തു വരികയെന്നുവെച്ചാൽ അത് ആത്മഹത്യാപരമായിപ്പോകില്ലേ?! എന്തുകൊണ്ട് ഞാനതേക്കുറിച്ച് നേരത്തെ ചിന്തിച്ചില്ല?

എന്തിലുമുപരി ഞാനെന്റെ മനസ്സാക്ഷിയോടെങ്കിലും നീതി പുലർത്തേണ്ടേ? ഞാൻ നന്നായി ഊണ് കഴിച്ച് ഏമ്പക്കവും വിട്ടുകൊണ്ട് മൈക്കിനുമുന്നിൽ നിന്ന് മറ്റുള്ളവരോട് ചോറുണ്ണരുതെന്ന് പറയുന്നതിലെ ആത്മവഞ്ചന ഏതായാലും ഞാൻ ചെയ്യില്ല. പ്രസിഡന്റ് സ്ഥാനം വേണ്ടെന്നുവെക്കാനും പറ്റില്ല. അപ്പോൾ പിന്നെ ആത്മവഞ്ചന നടത്താതെ പ്രസിഡന്റാകാനുള്ളൊരു മാർഗ്ഗം കണ്ടുപിടിക്കേണ്ടിയിരിക്കുന്നു!

ആലോചിച്ചിട്ടിപ്പോൾ ഒറ്റ മാർഗ്ഗം മാത്രമേ കാണുന്നുള്ളൂ, ഇന്നു മുതൽ തന്നെ എന്റെ ശീലങ്ങളെമാറ്റിയെടുക്കുക!

ഉച്ചയൂണു വേണ്ടെന്നുവെച്ച് നീതി ബോധമുള്ളൊരു പൊളിച്ചെഴുത്ത് പ്രസിഡന്റായി മാറാൻ ആ ചാരിക്കിടപ്പിൽത്തന്നെ മനസാ പ്രതിജ്ഞ ചെയ്തു. ഉച്ചയൂണിനു വിളിവരുമ്പോൾ മേശക്കരികിലിരുന്ന് ഞാൻ പറയും, ഇന്നു മുതലെനിക്കുച്ചക്ക് ചോറുംകറിയുമൊന്നും വേണ്ടാ... കപ്പയോ, കെഴങ്ങു പുഴുങ്ങിയതോ, വല്ലതുമുണ്ടെങ്കിൽ തന്നാൽ മതി!.

അതു കേൾക്കുമ്പോൾ ഭാര്യ ഞെട്ടും. അവൾ കാരണം തിരക്കുമ്പോൾ എനിക്കു ലഭിക്കാൻ പോകുന്ന സ്ഥാനത്തെക്കുറിച്ചും അതിൽ ആത്മവഞ്ചനവരാതിരിക്കാൻ ഇന്നു മുതൽ ഊണുപേക്ഷിക്കുന്ന കാര്യവും പറയും. ഇതുകേട്ടു അത്ഭുതപ്പെട്ടു പോകുന്ന അവൾ മൂക്കിന്മേൽ വിരൽവെച്ച് സ്തംഭിച്ചുനിൽക്കും. ഇതുവരെ അവൾക്കു മതിപ്പില്ലാത്ത എന്റെ നീതിബോധത്തെക്കുറിച്ച് അഭിമാനംകൊള്ളുകയും അയൽക്കാരി പെണ്ണുങ്ങളോട് അന്തിചർച്ചയിൽ വിഷയമവതരിപ്പിച്ച് നീതിബോധത്തിന്റെ മൊത്തക്കച്ചവടക്കാരനായ ഭർത്താവിന്റെ ഭാര്യയാണ് താനെന്ന് പൊങ്ങച്ചം പറയാനുള്ള സാധ്യതയും തള്ളിക്കളയാൻ കഴിയില്ല.

ചാരിക്കിടന്ന് ഓർത്ത് ആനന്ദിച്ചുകൊണ്ടിരിക്കുമ്പോൾ പുറത്തേക്കുവന്ന ഭാര്യ അംബുജം ശബ്ദമുയർത്തി.

അല്ലേ, ഇങ്ങേരിതെന്തുവാ ഒറ്റക്കിരുന്നു ചിരിക്കുന്നെ, പെൻഷനായപ്പം ഉച്ചക്കിറുക്ക് പിടിച്ചോ... എണീറ്റുവാ, ചോറെടുത്തുവെച്ചു!

എണീറ്റ് അകത്തേക്കു ചെന്നപ്പോൾ തന്നെ മേശമേൽ ആവി പറക്കുന്ന ചെമ്പാവരിച്ചോറു കണ്ടു. വരട്ടെ, കൈകഴുകിയിരുന്നിട്ടാകാം പ്രഖ്യാപനമെന്നു നിശ്ചയിച്ചു. കൈകഴുകി തിരിഞ്ഞപ്പോൾ വലതുകയ്യിൽ നെൻമീൻ വറത്തതും ഇടതുകയ്യിൽ സാമ്പാർ പാത്രവുമായി മകൾ വന്നു.

അതിലേക്കൊന്നു നോക്കി, ഇനി വൈകിച്ചുകൂടാ, ഉടൻ എന്റെ നയം പ്രഖ്യാപിക്കണം.

മോളേ, അമ്മയെന്ത്യേ... ഇങ്ങുവിളി!...

മകൾ പോയി അമ്മ വന്നപ്പോൾ കയ്യിൽ ചീരത്തോരനും രസപ്പാത്രവും!

അതു മേശമേൽ വെച്ചിട്ടവൾ ചോദിച്ചു,

എന്തിനായെന്നെ വിളിച്ചേ?

പക്ഷെ, ആ ചോദ്യത്തിനു മറുപടി പറയാൻ എന്റെ തൊ

ണ്ടയിലിരുന്ന സാമ്പാറൊഴിച്ചു കുഴച്ചെടുത്ത "ചോറുരുള" അനുവദിച്ചില്ല. ആ ഉരുളക്കൊപ്പം എന്റെ നയപ്രഖ്യാപന വാക്കുകൾ കൂടി വയറ്റിലേക്കിറങ്ങിപ്പോയി. നാലഞ്ചുരുളകൾ വിഴുങ്ങിയ ശേഷമാണ് കാത്തു നിന്നിരുന്ന അംബുജത്തോട് പറഞ്ഞത്,

അതൊരു രഹസ്യമാടീ... പിന്നെപ്പറയാം...!

അതുകേട്ടപ്പോൾ, സംശയമില്ല ഇത് "ഉച്ചക്കിറുക്ക്" തന്നെയെന്നു പറഞ്ഞുകൊണ്ട് ഇല്ലാത്ത ദേഷ്യം ഭാവിച്ചവൾ അകത്തേക്ക് പോകുമ്പോൾ അതൊന്നുമെന്നെ ബാധിക്കുന്ന കാര്യമല്ലയെന്ന ഭാവത്തിൽ ചോറിൽ വീണ്ടും സാമ്പാറൊഴിച്ചു കുഴക്കുകയായിരുന്നു ഞാൻ!.

ചന്ദ്രനിൽ നിന്നൊരു കൊതുക്

കഥ വായിച്ചുതീർന്ന മുതലാളിയുടെ മുഖത്ത് ഒരുതരത്തിലുമുള്ള ഭാവവ്യത്യാസങ്ങൾ കാണാതെവന്നപ്പോൾ വല്ലാത്തൊരു മനപ്രയാസത്തിലായിത്തീർന്ന ഞാൻ ആ കടലാസിനായി കൈനീട്ടി.

ഇതു ഞാൻ പിന്നെത്തരാമെന്നു പറഞ്ഞുകൊണ്ടദ്ദേഹമെഴുന്നേറ്റ് നടന്നു തുടങ്ങിയപ്പോൾ വൃദ്ധൻ പറഞ്ഞു.

മുതലാളിക്കിഷ്ടപ്പെട്ടതു കൊണ്ടാണത് കൊണ്ടുപോയത്!

അങ്ങനാവില്ല ഷേണായിച്ചേട്ടാ... അദ്ദേഹം ചെറുതായൊന്നു ചിരിക്കുക പോലും ചെയ്തിട്ടില്ല... അതിനർത്ഥമെന്താ?

എന്റെയാനിരാശ നിറഞ്ഞ ചോദ്യത്തിന് വൃദ്ധൻ മറുപടി പറഞ്ഞു. അദ്ദേഹമൊരു പട്ടാളക്കാരനാണ്. നമ്മളെപ്പോലെ ചിരിവന്നാലുടൻ ചിരിക്കുന്ന സ്വഭാവമദ്ദേഹത്തിനില്ല. കുഞ്ഞു വിഷമിക്കണ്ടാ, നല്ല കഥയാ, എനിക്കിഷ്ടപ്പെട്ടു!

വൃദ്ധനപ്പറഞ്ഞത് ശരിയായിരിക്കുമെന്നെനിക്കു തോന്നി.

കൊള്ളില്ലെങ്കിൽ അതുമായദ്ദേഹം പോകില്ലല്ലോയെന്ന് സമാധാനിക്കുകയും ചെയ്തു. അല്പനേരം കൂടി കാര്യങ്ങൾ പറഞ്ഞിരുന്നശേഷം വൃദ്ധനും പോയി.

കഴിഞ്ഞ രാത്രിയിലെ അനുഭവങ്ങളുടെ പശ്ചാത്തലത്തിൽ ഈ ഷെഡ്ഡിൽ നിന്നും താമസം മാറ്റണമെന്നുള്ള എന്റെ തീരുമാനത്തെക്കുറിച്ച് കൂടുതൽ ആലോചിച്ചപ്പോൾ അതൊരു ഭീരുവിന്റെ ഒളിച്ചോട്ടമായിപ്പോകുമെന്നു തോന്നി. വൃദ്ധന്റെ കൂരയിലോ, മുതലാളിയുടെ ഔട്ട്ഹൗസിലോ, വേണ്ടിവന്നാൽ സത്യനേശൻ സാർ പറഞ്ഞ മുറിയിലോ കൂടുന്നത് ഈ സാഹചര്യത്തിൽ എനിക്കൊട്ടും പ്രയാസമുള്ള കാര്യമല്ല.

പക്ഷെ, എനിക്കിവിടെത്തന്നെ തുടർന്നെങ്കിലേ ഞാനൊരു ഭീരുവല്ലെന്ന് സ്വയമുറപ്പിക്കാൻ കഴിയൂ. മാത്രമല്ല, ഈ ബംഗ്ലാവും അതിനെ ചുറ്റിനിൽക്കുന്ന നിഗൂഢതകളും ഇവിടെ ഞാൻ

നേരിട്ടുകൊണ്ടിരിക്കുന്ന അസ്വഭാവിതകളുമൊക്കെ എന്നിലെ എഴുത്തുകാരനെ വല്ലാത്തൊരു പ്രചോദനതലത്തിലേക്കെത്തിക്കുന്നുണ്ട്. എന്തുകൊണ്ടും ഇവിടംവിട്ടിപ്പോൾപോകുന്നത് എനിക്ക് നഷ്ടങ്ങൾമാത്രമേ സമ്മാനിക്കുവെന്ന് ഉൾവിളിയുണ്ടാകുന്നു. അവസാനം ഞാനതുതീരുമാനിച്ചു. തൽക്കാലമെവിടെയും പോകുന്നില്ല. പക്ഷെ, ചിലകരുതലുകളൊക്കെ അത്യാവശ്യമാണുതാനും! അതിനായി കുളിച്ചുതയ്യാറായി ടൗണിലേക്ക് പുറപ്പെട്ടു. മടങ്ങിവരുമ്പോൾ പതിനഞ്ചോളം സാധനങ്ങൾ എന്റെകൈവശമുണ്ടായിരുന്നു. നാലുബാറ്ററികളിൽ പ്രവർത്തിക്കുന്നടോർച്ച്, ഹെഡ് ലൈറ്റ്, മേശമേൽ കത്തിച്ചുവെക്കാവുന്ന ഇലക്ട്രിക് ലൈറ്റ്, ടൈംപീസ്, ബൈനോക്കുലർ, മൂർച്ചയേറിയ വലിയൊരുകത്തിയെന്നിവയായിരുന്നുഅതിൽ പ്രധാനപ്പെട്ടവ.

ഞാൻ ചെല്ലുമ്പോൾ ഷെഡ്ഡിനുമുന്നിൽ കസേരയിലിരിക്കുകയായിരുന്ന പാറരവി എന്നെകണ്ടപ്പോൾ എഴുന്നേറ്റു കൊണ്ടു പറഞ്ഞു സാറിനുപയോഗിക്കാൻ മുതലാളിരണ്ടുകസേരകൾ തന്നുവിട്ടു... വേറെന്തെങ്കിലും വേണമെങ്കിൽ പറയാൻപറഞ്ഞു വിട്ടിട്ടുണ്ട്! കസേരകിട്ടിയതുപകാരമായി രവിച്ചേട്ടാ, വേറൊന്നുമിപ്പോൾ വേണ്ടെന്നു മുതലാളിയോട് പറഞ്ഞോളു...! എന്റെ മറുപടികേട്ടിട്ടും പരുങ്ങിനിൽക്കുന്ന രവിയോട് ചോദിച്ചു.

രവിച്ചേട്ടന് കാശുവല്ലതും വേണോ... പറയാൻ മടിക്കണ്ടാ..!

യ്യോ, അതല്ല സാറേ... നമ്മുടെ... അല്ല... ഞങ്ങടെ കൂട്ടത്തിലുള്ളയാ പെൺകൊച്ചില്ലേ... മഞ്ചിലി, അവൾക്ക് സാറിന്റെയൊരു കഥവേണമെന്ന്... വായിച്ചിട്ടു തിരികെത്തരാമെന്ന് പറഞ്ഞു!

ഞാനപ്പോൾ മറ്റൊരു ചോദ്യമിട്ടു. രവിച്ചേട്ടനെന്താ, ആദ്യം നമ്മുടെയെന്നു പറഞ്ഞിട്ട് പിന്നെ തിരുത്തിയത്... എന്നെ കൂട്ടത്തിൽനിന്നും പുറത്താക്കിയോ.?

യ്യോ, എന്റെ പെറ്റമ്മച്ചിയാണെ അതുകൊണ്ടല്ല, ചെലപ്പോ, സാറിനത്..!

രവി പറഞ്ഞുതീരുംമുൻപേ ഞാനിടപെട്ടു.

രവിച്ചേട്ടാ, ഭൂമിയിലുറച്ചുനിന്നു ജീവിക്കാനാഗ്രഹിക്കുകയാണ് ഞാനിപ്പോൾ... വിയർപ്പുപൊടിച്ചു പണിയെടുക്കുന്നവരുടെ കൂട്ടത്തിലുള്ളവനാണു ഞാനെന്നു നിങ്ങൾ പറയുമ്പോൾ അതെനിക്കുനൽകുന്ന അഭിമാനം ചെറുതല്ല. സിനിമപോലെ, എന്നെത്തേടിവന്നത് എന്നെവിട്ട് പോകുകതന്നെ ചെയ്യും.. എന്നാൽ എന്റെ മനസ്സിലലയടിച്ചുതുടരുന്ന കുഞ്ഞുകഥകളോ

ടൊപ്പം മണ്ണിലദ്ധ്വാനിക്കാനുള്ള മനസ്സും ഇനിയെപ്പോഴുമെനിക്കൊപ്പം തന്നെയുണ്ടാകും. ഞാനും നിങ്ങളിലൊരാൾതന്നെയാണ്!

ഞാൻ പറഞ്ഞത് രവിക്കുമനസ്സിലായിട്ടുണ്ടോയെന്ന് പരിശോധിക്കാൻ തുനിയാതെ അകത്തുചെന്ന് തോൾസഞ്ചിയിൽ ബാക്കിയുണ്ടായിരുന്ന കടലാസുകൾ വാരിപ്പുറത്തിട്ടു.

"കത്രീനയുടെ കത്രിക" യെന്ന പേരിലെഴുതിയൊരല്പം നീണ്ടകഥയെടുത്തുകൊണ്ടു വന്ന് രവിക്കു നൽകി. അയാൾ പോകുമ്പോൾ ഞാൻ പറഞ്ഞു. ധൃതിയില്ല, വായിച്ചിട്ട് സാവധാനം മടക്കിത്തന്നാൽ മതിയെന്ന് പറഞ്ഞേക്കൂ ആ കുട്ടിയോട്! അകത്തേക്കുപോകുമ്പോൾ ചിന്തിച്ചത് മഞ്ചിലിയെന്ന പെൺകുട്ടിയെക്കുറിച്ചായിരുന്നു. അവളെക്കുറിച്ച് അറിഞ്ഞകാര്യങ്ങൾ വെച്ചൊരുകഥയെഴുതുന്നതിനെക്കുറിച്ച് കാര്യമായി ആലോചിച്ചു. ഏതായാലും ഇപ്പോഴത്തെ തിരക്കൊന്നു കഴിഞ്ഞിട്ടത് ചെയ്യാമെന്ന് തീരുമാനിച്ചുകൊണ്ട് ചിതറിക്കിടന്ന കടലാസുകൾ വാരി തോൾസഞ്ചിയിലിടുമ്പോൾ എന്റെ സഹപ്രവർത്തകനായ ഒ. എ. ഷാജഹാൻ മുൻപൊരിക്കൽ അഭിപ്രായമറിയാനായി എന്നെയേല്പിച്ചിരുന്നൊരു കവിത ശ്രദ്ധയിൽപ്പെട്ടു. അതൊന്നോടിച്ചു നോക്കിയ ശേഷം, ഒന്നു മനസ്സിരുത്തി വായിക്കേണ്ടതുണ്ടെന്ന് തോന്നിയതുകൊണ്ട് മേശമേൽത്തന്നെ വച്ചിട്ട് തിരക്കഥയെഴുതുന്നതിലേക്കു കടന്നു.

സന്ധ്യ കഴിഞ്ഞ നേരത്ത്, വൃദ്ധൻ വരുന്നുണ്ടെന്ന് മനസ്സിലായെങ്കിലും തലയുയർത്താതെ ഞാനെഴുത്ത് തുടർന്നു.

കുറച്ചുനേരമായി ചായ വേണമെന്ന് തോന്നിയിട്ട്. എഴുത്തിന്റെ ഓളത്തിനു തടസ്സം വരാതിരിക്കാൻ എഴുന്നേറ്റില്ലെന്നു മാത്രം.

വന്നു കണ്ട രംഗം, ബോധിച്ച വൃദ്ധൻ അടുക്കളവശത്തേക്ക് പോയത് ചായയിടാനാണെന്നറിയാവുന്നത് കൊണ്ട് കൂടുതൽ ആർജ്ജവത്തോടെ എഴുത്ത് തുടർന്നു.

മേശമേൽ ചായ കൊണ്ടുവെച്ചപ്പോഴാണ് അവിടെയിരിക്കുന്ന ലൈറ്റുകളും മറ്റു സാമഗ്രികളുമൊക്കെ വൃദ്ധൻ കാണുന്നത്. ടോർച്ചെടുത്തു പ്രകാശിപ്പിച്ചുകൊണ്ട് അത്ഭുതപ്പെട്ടു ചോദിച്ചു,

അല്ല, ഇരുട്ടത്തുണ്ടുറങ്ങുന്നത് കുഞ്ഞ് മതിയാക്കിയോ..

മേശ ക്ലോക്കും 'ദൂരം നോക്കി'യുമെല്ലാമുണ്ടല്ലോ... പുറത്തു കസേരകളുമുണ്ട്. ആകെയൊരുമാറ്റം...കൊള്ളാം!

ചായ ഗ്ലാസ്സ് കയ്യിലെടുത്തുകൊണ്ട് അല്പം ഗൗരവത്തിൽ ഞാൻ പറഞ്ഞു. അപ്പോ ചേട്ടനറിഞ്ഞില്ലേ, ഞാൻ യക്ഷിയെ പിടിക്കാൻ പോകുന്ന കാര്യം?

യക്ഷിയെപ്പിടിക്കാനോ... എവിടുന്ന്... എങ്ങനെ... കുഞ്ഞെ ന്നതാ, ഇപ്പറയുന്നേ? വൃദ്ധനെന്നെ ചുഴിഞ്ഞു നോക്കി.

പെട്ടെന്ന് തോന്നിയൊരുപായത്തിൽ, ഞാൻ പറഞ്ഞു,

ഈ പ്രദേശത്ത് യക്ഷി ശല്യമുണ്ട് ചേട്ടാ... അതിപ്പോൾ പല പ്രാവശ്യം വന്നെന്നെ ശല്യപ്പെടുത്തി!

അപ്പോ, കുഞ്ഞിതിലൊക്കെ വിശ്വസിക്കുന്നുണ്ടോ... യക്ഷിയെ കുഞ്ഞ് കണ്ടിട്ടുണ്ടോ?

ഞാൻ പറഞ്ഞത് തള്ളുകയോ കൊള്ളുകയോ ചെയ്യാതെ, എന്റെ വിശ്വാസമളക്കാൻ വൃദ്ധൻ മുതിർന്നപ്പോൾ ഞാൻ മനസ്സിലാക്കിവെച്ചിരിക്കുന്ന രീതിയിലൊരു വിശദീകരണം നൽകി.

ഷേണായിച്ചേട്ടാ, ഞാനും ചേട്ടനുമെല്ലാം ഓരോന്ന് പ്രവർത്തിച്ചുകൊണ്ടിരിക്കുന്നതുകൊണ്ടാണ് നമുക്ക് ജീവനുണ്ടെന്ന് മനസ്സിലാകുന്നത്. അല്ലാതെ സ്വന്തം ജീവനെ അവനവൻപോലും കാണുന്നതുകൊണ്ടല്ല, കാണുന്നില്ലയെന്നതുകൊണ്ട് ജീവനെന്ന പരമാർത്ഥത്തെ അവിശ്വസിക്കാൻ കഴിയുമോ...?

ചോദിച്ചു നിർത്തിയപ്പോൾ വൃദ്ധൻ പറഞ്ഞു. അത് സത്യം തന്നെയാണ് കുഞ്ഞേ... എല്ലാത്തരം വികാരങ്ങളും ഒന്നിച്ചു ചേർന്ന ജീവനെന്ന ചൈതന്യം ശരീരം വിട്ടുപോകുമ്പോൾ പിന്നെ, അതുവരെയുണ്ടായിരുന്ന കാണാൻ കഴിയുന്ന ശരീരമാണ് നശിച്ചുപോകുന്നത്.

കാണാൻ കഴിയാത്ത ജീവൻ ബാക്കിയാകും. എന്നിട്ടും മനുഷ്യന് ജീവനെക്കുറിച്ചൊന്നുമറിയില്ല. അറിയാനായി നിരന്തരം ശ്രമിച്ചുകൊണ്ടിരിക്കുന്നവരും ഒരവസാനവാക്ക് തീർത്തുപറയുന്നില്ല. ജീവന്റെ കാര്യത്തിൽ അവസാനവാക്ക് "ആത്മജ്ഞാനം ലഭിച്ച" ആചാര്യൻമാരിൽ നിന്നും സ്വീകരിക്കുന്നത് തന്നെയാണ് നല്ലത്!

വൃദ്ധൻ പറഞ്ഞുനിർത്തിയപ്പോൾ, ഞാൻ മുൻപ് സൂചിപ്പിച്ചിരുന്നതുപോലെ ഇദ്ദേഹം സാധാരണക്കാരനായ വെറുമൊരു നാട്ടിൻപുറത്തുകാരനല്ലെന്നും ഞാൻ മനസ്സിലാക്കിയിരിക്കുന്നതിനുമൊക്കെ അപ്പുറം ചിന്താശക്തിയും കാര്യഗ്രാഹ്യവുമൊക്കെയുള്ള ആളാണെന്നും വീണ്ടും ചിന്തിക്കാൻ പ്രേരിതനായി. ആലോചിച്ചിരിക്കെ, വൃദ്ധൻ തുടർന്നു.

മുൻപു പലപ്പോഴും കുഞ്ഞെന്നോട് ചോദിച്ചിട്ടുള്ളത് എന്നെക്കുറിച്ചും ഈ ബംഗ്ലാവിനെക്കുറിച്ചുമാണ്. ഞാനതിനു മറുപടി പറയാതെയൊഴിഞ്ഞുമാറിയതിനു പിന്നിൽ പെട്ടെന്ന് പറഞ്ഞുതീർക്കാൻ കഴിയാത്ത പല കാര്യങ്ങളു മതിലുള്ളതുകൊണ്ടാണ്. ഏതായാലും കുഞ്ഞിപ്പോൾ ഈ സിനിമാക്കഥയെഴുതിത്തീർക്ക്.

അതിനുശേഷം സൗകര്യമായൊരു ദിവസം ഞാനെല്ലാം പറയാം. ഒരു യക്ഷിയും കുഞ്ഞിനെ പിടിക്കില്ലെന്നെനിക്കുറപ്പുണ്ട്.. എന്തുകൊണ്ടാണ് ഞാനാ ഉറപ്പ് പറയുന്നതെന്ന് എന്റെയും ഈ ബംഗ്ലാവിന്റെയും കഥ കേട്ടുകഴിയുമ്പോൾ മനസ്സിലാകും!

സംസാരിച്ചിരിക്കുമ്പോൾ ആരോ കരിയിലകൾ തട്ടിത്തെറിപ്പിച്ച് ഓടിവരുന്നതുപോലെ തോന്നിയപ്പോൾ ഞങ്ങൾ ആകാംക്ഷയിലായി. നിമിഷങ്ങൾക്കുള്ളിൽ ഒരാൾ അകത്തേക്കെത്തി നോക്കി സാറില്ലേയിവിടെയെന്നു ചോദിച്ചു. വന്നയാൾ നീലാംബരനാണെന്ന് രാത്രിയിൽ അല്പം കാഴ്ചക്കുറവുള്ള വൃദ്ധൻ തിരിച്ചറിഞ്ഞത് ശബ്ദത്തിൽ നിന്നുമാണെന്ന് തോന്നുന്നു.

കുഞ്ഞിവിടെത്തന്നെയുണ്ട് നീലാംബരാ... എന്താണിപ്പോ ക്കാര്യം?

സാറങ്ങോട്ട് വേഗം ചെല്ലാൻ മുതലാളി പറഞ്ഞു!

നീലാംബരൻ പറയുകയും കിതക്കുകയും ചെയ്തപ്പോൾ ഞങ്ങൾക്കാകാംക്ഷ വർദ്ധിച്ചു. കൂടുതൽ ചോദിക്കാൻ നിൽക്കാതെ എന്നേയും പിടിച്ചുവലിച്ചു പുറത്തുചാടിയ വൃദ്ധനൊപ്പം വേഗതയാർജ്ജിക്കാൻ എനിക്കു നന്നേ ക്ലേശിക്കേണ്ടിവന്നു.

ഒരു പ്രതിയെപ്പിടിച്ചുകൊണ്ടുപോകുന്ന പോലീസുദ്യോഗസ്ഥന്റെ ഭാവത്തിലായിരുന്നു വൃദ്ധനപ്പോൾ.

ഞങ്ങൾ ചെല്ലുമ്പോൾ മുതലാളിക്കൊപ്പം സംസാരിച്ചിരിക്കുന്ന ആളെകണ്ട ഞാൻ ഒരു നിമിഷം നിന്നുപോയി.

സത്യനേശൻ സാറായിരുന്നു അത്. അദ്ദേഹം ചിരിച്ചുകൊണ്ടുതന്നെ പൂമുഖത്തേക്ക് വിളിച്ചെന്നെ കസേര ചൂണ്ടി ഇരിക്കാനാവശ്യപ്പെട്ടു. തിരക്കഥയെഴുത്തിന്റെ അവസ്ഥ ചോദിച്ചു മനസ്സിലാക്കിയ അദ്ദേഹം കാര്യത്തിലേക്ക് കടന്നു. വചനാ... ഈ ബ്ലേഡ് പിള്ളയെ മനോഹരന് നന്നായിഷ്ടപ്പെട്ടു. നമ്മുടെ തിരക്കഥയിൽ കുറച്ചുകൂടി വിപുലമാക്കി ഈ കഥാപാത്രത്തെ

അവതരിപ്പിക്കുന്നതിനെക്കുറിച്ചാലോചിക്കുകയാണ് ഞങ്ങൾ. എന്താണ് തന്റെ അഭിപ്രായം?

അത് ചോദ്യമല്ല, ആവശ്യപ്പെടുകയാണെന്നെനിക്കു മനസ്സിലായതുകൊണ്ട് തീർച്ചയായും അങ്ങനെ ചെയ്യാമെന്ന് ഞാൻ പറഞ്ഞപ്പോൾ അതിനു പറ്റിയ നടനാരാണെന്നായി ചോദ്യം. എനിക്കു സംശയമുണ്ടായില്ല. ഞാൻ പറഞ്ഞു.

"ബാബുഫെലിക്സ്" സാർ തന്നെ!

അതുകേട്ട ഇരുവരും പരസ്പരം നോക്കി പൊട്ടിച്ചിരിച്ചപ്പോൾ ഞാനെന്തോ അബദ്ധം പറഞ്ഞുവെന്നെനിക്കു തോന്നിപ്പോയി. മുതലാളി പറഞ്ഞു.

ഞങ്ങളുറപ്പിച്ചു കഴിഞ്ഞ കാര്യമാണ് താൻ പറഞ്ഞത്. കാര്യങ്ങൾ കൃത്യമാണ്. ഇത് പൊലിപ്പിക്കാൻ തനിക്കു കഴിയും! അതു കേട്ടപ്പോഴാണെനിക്ക് സമാധാനമായത്. അരമണിക്കൂറോളം നീണ്ടയാചർച്ചയിൽ സത്യനേശൻ സാർ ചില അഭിപ്രായങ്ങളും നിർദ്ദേശങ്ങളുമൊക്കെത്തന്നെങ്കിലും മടങ്ങാനായി ഞാൻ പുറത്തേക്കിറങ്ങുമ്പോഴദ്ദേഹം പറഞ്ഞു.

വചനന്റെ പൂർണ്ണ സ്വാതന്ത്ര്യമാണ് തിരക്കഥ. ചേരുംപടി ചേർക്കാൻ കഴിയാത്തതാണെങ്കിൽ എന്റെ നിർദ്ദേശങ്ങൾ എടുക്കണമെന്നില്ല! പെട്ടെന്ന് ഞാൻ പറഞ്ഞു.

സാറിന്റെ നിർദ്ദേശങ്ങളെടുക്കുകയും ചെയ്യും, ചേരുംപടി ചേർക്കുകയും ചെയ്യും സാർ!

എല്ലാം കണ്ട് ആസ്വദിച്ചു മാറിനിന്നിരുന്ന ഷേണായിച്ചേട്ടനുമൊത്ത് തിരികെ നടക്കുമ്പോൾ ഞാൻ പറഞ്ഞു. എങ്കിലും ചേട്ടാ, ഈ കാര്യം സംസാരിക്കാനായി സാറിവിടേക്ക് വന്നതോർത്ത് എനിക്കത്ഭുതമാകുന്നു. വൃദ്ധൻ ചിരിച്ചുകൊണ്ട് പറഞ്ഞു. മണ്ടത്തരം പറയാതെ കുഞ്ഞേ... ആ സാറ് മാസത്തിൽ രണ്ടു പ്രാവശ്യമെങ്കിലുമിവിടെ വരും... ചിലപ്പോഴൊക്കെ ഒരു ദിവസമിവിടെ നിൽക്കുകയും ചെയ്യും. അവര് പഴേ കൂട്ടുകാരാ!

അതു കേട്ടപ്പോഴെനിക്ക് എഴുതാപ്പുറം വായിച്ചത് തെറ്റിപ്പോയതിന്റെ ജാള്യത തോന്നി. പിന്നീടൊന്നും മിണ്ടാതെ നടന്ന വൃദ്ധൻ വഴിപിരിയുന്നിടത്തെത്തിയപ്പോൾ നിന്നു എന്റെ കൈകടന്നു പിടിച്ചുകൊണ്ടു പറഞ്ഞു.

കുഞ്ഞ്, ഉയരുകയാണ്. അതൊന്നും ആഗ്രഹിക്കുന്നില്ലെങ്കിൽപോലും, പക്ഷേ, വളർച്ച കൂടിവരുമ്പോൾ മനസ്സു കടുത്തുപോകരുത്, സ്വഭാവം മാറിപ്പോകരുത്. ഇപ്പോഴെങ്ങനെയാണോ

ഉള്ളത്, അങ്ങനെതന്നെ തുടരണം. അതുമാത്രമേ നിലനിൽക്കൂ! വൃദ്ധൻ നടന്നുമറഞ്ഞപ്പോൾ മുന്നോട്ടു നടന്നുതുടങ്ങിയ ഞാൻ സ്വയം പറഞ്ഞു. ആക്കാര്യത്തിലുള്ള ഭയം അസ്ഥാനത്താണ്, അർഹിക്കാത്തത് വീണുകിട്ടിയൊരല്പനായി ഞാൻ മാറിപ്പോകില്ല ഷേണായിച്ചേട്ടാ!

ഷെഡ്ഡിലെത്തി, ഡയറക്ടർ നിർദ്ദേശിച്ചതുപോലെ ബ്ലേഡ് പിള്ളയെ മുഴുനീള കഥാപാത്രമാക്കി മാറ്റുന്നതിനെക്കുറിച്ച് ചിന്തിച്ച് കുറച്ചുനേരമിരുന്നു.

ഇടക്ക് മറ്റെന്തെങ്കിലും ജോലിയൊക്കെ നൽകി അതിനനുയോജ്യമായ കുറച്ചു തമാശകളും രൂപപ്പെടുത്തി ആ കഥാപാത്രത്തെ പൊലിപ്പിച്ചെടുക്കുന്നതിനെക്കുറിച്ചു ഗഹനമായി ആലോചിച്ചു. മനസ്സിലൊരേകദേശ ധാരണ വന്നത് കടലാസിലേക്ക് പകർത്തിവെച്ചശേഷം ഇനിയെല്ലാം നാളെയാകാമെന്ന് കരുതി പായ കുടഞ്ഞുവിരിച്ചു.

ടോർച്ചെടുത്ത് അടുത്തുവെക്കാമെന്നു കരുതി കയ്യെത്തിച്ചപ്പോൾ നേരത്തെ മാറ്റിവെച്ചിരുന്ന ഷാജഹാന്റെ കവിതക്കടലാസ് താഴെവീണു. ആദ്യം കിടന്നു വായിച്ച അത് പിന്നീട് എഴുന്നേറ്റിരുന്നു വായിച്ചു.

ആ വസന്തകാലം കടന്നുപോയപ്പോൾ തന്റെ സ്വപ്നങ്ങളാകുന്ന പുഷ്പങ്ങളും കൊഴിഞ്ഞുപോയെന്ന് വിലപിക്കുന്ന കവി, രാസ്വപ്നങ്ങൾക്കുപോലും പ്രഭചൊരിഞ്ഞുകൊണ്ടിരുന്ന നിലാക്കിണ്ണം നിലത്തുവീണു ചിതറിത്തെറിച്ചു മണ്ണിൽ ലയിച്ചുപോയെന്ന് പരിതപിക്കുന്ന കവി.

പോയ പൗർണ്ണമി ഇനിയും മടങ്ങിവരുമെന്നും വർണ്ണ പുഷ്പങ്ങൾ വീണ്ടും പൂത്തുലയുമെന്നും പ്രത്യാശിക്കുന്ന കവി.

ഏകാന്തജാലകം തുറക്കാതെ, സ്വയമിപ്പോഴും ഒളിഞ്ഞിരിക്കുന്ന മനസിലെ മൈനയെ വെളിച്ചത്തുവരാൻ പ്രലോഭിപ്പിക്കുന്ന കവി. തന്റെ അലഞ്ഞുതിരിയുന്ന മൗനം തിരഞ്ഞുകൊണ്ടിരിക്കുന്നത് നീന്നെയാണെന്ന് ഓർമ്മിപ്പിക്കുന്ന കവി, നിന്റെ ഓർമ്മകൾ നിറഞ്ഞ മനസ്സെന്ന തമ്പുരു തന്റെ പക്കൽ ഭദ്രമാണെന്നുറപ്പു നൽകുന്ന കവി. ഓർമ്മകളുടെ തിരമാലകളിൽ ആടിയുലയുന്നൊരു തോണിയായലയുകയാണ് താനെന്ന് സന്ദേശം നൽകുന്ന കവിയൊടുവിൽ,

വീണ്ടും ചന്ദ്രിക പ്രത്യക്ഷമാകുന്നതും കാത്ത് ഇരുൾ മൂടിയ കടൽക്കരയിൽ ആകാശം നോക്കി നിശ്ചലം കിടക്കുന്നിടത്ത്

കവിതയവസാനിക്കുന്നു.

രചനയിലുള്ള വ്യത്യസ്ഥത, വിഷയത്തിലേക്കുള്ള ആഴ്ന്നിറങ്ങൽ, സീമകളില്ലാത്ത ഭാവന, തുടങ്ങിയ എല്ലാമൊത്തുചേർന്ന ആ രചന എന്റെ മനസ്സിലും വ്യക്തതയില്ലാത്തൊരു വേദന സമ്മാനിച്ചപ്പോൾ അവസരങ്ങളുടെ അഭാവത്തിൽ മുങ്ങി തിരിച്ചറിയപ്പെടാതെ പോകുന്ന അനേകം പ്രതിഭകളിലൊരാളായി മാറാതിരിക്കട്ടെ, എന്റെയീ സഹപ്രവർത്തകനെന്ന് ആത്മാർത്ഥമായാഗ്രഹിച്ചുകൊണ്ട് കിടന്ന ഞാനെപ്പോഴോ ഉറക്കത്തിലേക്കാഴ്ന്നിറങ്ങി.

ഒന്നും അവസാനിക്കുകയല്ല, എല്ലാ അവസാനവും മറ്റൊരു തുടക്കത്തിനുവേണ്ടിയാണെന്ന് ഓർമ്മിപ്പിച്ചുകൊണ്ട് സുഗന്ധം അന്തരീക്ഷമാകെ നിറഞ്ഞപ്പോൾ ആരോ വിളിച്ചുണർത്തിയതുപോലെ ഞാൻ കണ്ണുകൾ തുറന്നു.

മിനിറ്റുകൾക്കകം ഗന്ധം മാറിത്തുടങ്ങിയപ്പോൾ നേരെ കിടന്നിരുന്ന ഞാൻ ഒന്നു തിരിഞ്ഞു കുറുകെ കിടന്നു. പായയുടെ ഒരറ്റത്ത് പിടിച്ചുകൊണ്ട് നന്നായൊന്നുരുണ്ടപ്പോൾ ആ പായ പൈപ്പിനുള്ളിൽ സുരക്ഷിതനാണെന്ന് കരുതിയെങ്കിലും അസഹ്യമായ ദുർഗന്ധം പായ കുടഞ്ഞെറിഞ്ഞു വാതിൽ വലിച്ചു തുറന്നു പുറത്തു ചാടാനെന്നെ നിർബന്ധിതനാക്കിയപ്പോൾ അടുത്തുണ്ടായിരുന്ന ടോർച്ചുകൂടിയെടുത്തിരുന്നു.

പുറത്തെത്തിയപ്പോൾ കാറ്റിന്റെ ശക്തി മരച്ചില്ലകളെ പറിച്ചെറിഞ്ഞുകൊണ്ടിരിക്കുന്നതിന്റെയും ഷെഡ്ഡിന്റെ മേച്ചിൽ ഷീറ്റുകൾ പറത്തിച്ചുഴറ്റിയെറിയുന്നതിന്റെയും അമ്പരപ്പിൽ വിറച്ചുപോയ ഞാൻ കാറ്റിൽപെട്ടു പറന്നു പോകാതിരിക്കാൻ അടുത്തുണ്ടായിരുന്ന വട്ട മരത്തിൽ ചുറ്റിപ്പിടിച്ചു.

ആ മരം എന്നേയും കൊണ്ട് ഊഞ്ഞാലാടിയപ്പോൾ കൊതുകുമുട്ട ആകർഷിച്ചു പിടിക്കാനായി മരത്തിൽ ചേർത്തുകെട്ടി വെച്ചിരുന്ന പുകക്കുഴൽ പൊട്ടി ഒരു ഭാഗമെന്റെ ഉച്ചിയിൽ തന്നെ വന്നു പതിച്ചു.

അതുകൊണ്ട് പിന്നീട് ഭയത്തിന്റെ ലാഞ്ചനപോലുമില്ലാതെ ആ രാത്രി മുഴുവൻ സുഖമായി അവിടെത്തന്നെ കിടന്നുറങ്ങാനെനിക്കു കഴിഞ്ഞുവെന്നുള്ള വസ്തുത എന്റെ സ്വന്തം ചരിത്ര പുസ്തകത്തിൽ രേഖപ്പെടുത്തി വെച്ചിരിക്കുന്നത് വരും തലമുറക്കുള്ള ഒരോർമ്മപ്പെടുത്തലിനുവേണ്ടിയാണ്. നമ്മുടെ കാഴ്ചയിൽ ആരെങ്കിലുമൊരു വിഡ്ഢിത്തം ചെയ്യുന്നുവെന്ന് തോന്നിയാ

ൽ അതിൽ നിന്നും അവരെ തടയാതിരിക്കാനും അതുകാരണം ഇങ്ങനെ ഭയമില്ലാതെ കിടന്നുറങ്ങാനുമുള്ള അവരുടെ അവസരം നഷ്ടപ്പെടുത്താതിരിക്കാനും വേണ്ടിയാണത്!

ഒരുവിധം തെറ്റില്ലാത്ത വെയിൽ ശരീരത്തിൽ പതിച്ചു കഴിഞ്ഞാണ് ഉണർന്നത്. ആദ്യാനുഭവമല്ലാത്തതുകൊണ്ട് ഉച്ചിതടകിക്കുറച്ചു നേരമിരുന്ന ശേഷം ആയാസപ്പെട്ടെഴുന്നേറ്റ് ഷെഡ്ഡിനു പിന്നിൽച്ചെന്ന് കിണറ്റിൽ നിന്നും ഏകദേശം പതിനഞ്ചു മിനിറ്റോളം വെള്ളം കോരി ശിരസ്സിലൊഴിച്ചുകൊണ്ടുനിന്നു.

ഇങ്ങനെയെല്ലാം സംഭവിച്ചുകൊണ്ടിരുന്നിട്ടും എന്തുകൊണ്ടാണ് ഞാനിപ്പോഴും ഏറെക്കുറെ സുരക്ഷിതനായിരിക്കുന്നതെന്നായിരുന്നു അപ്പോഴെന്നെ അത്ഭുതപ്പെടുത്തിക്കൊണ്ടിരുന്ന കാര്യം. ചായയിട്ടു കുടിച്ചശേഷം പറന്നുപോയിരുന്ന ഷീറ്റുകളെല്ലാം പെറുക്കിക്കൊണ്ടുവന്ന് ഒരുവിധം പഴയമട്ടിലാക്കിവെച്ചു. പിന്നെ തിരക്കഥയെഴുത്ത് തുടരാനുള്ള സന്നാഹങ്ങളുമായി ഷെഡ്ഡിനുമുന്നിൽ കസേരയിട്ടിരിക്കുമ്പോൾ ഒന്നു ഞാനുറപ്പിച്ചു കഴിഞ്ഞിരുന്നു. ഈ ഗ്രാമത്തിൽ നിന്നും എന്റെയൊരു സമ്പൂർണ്ണ മടക്കമുണ്ടാകുന്നത് ഇതെല്ലാം എങ്ങനെ, എന്തിന്റെ പേരിൽ സംഭവിക്കുന്നുവെന്ന് മനസ്സിലാക്കിയതിനുശേഷം മാത്രം!

ഉച്ചയോടുകൂടി പരിസരമാകെ വീക്ഷിച്ച് ധാരാളം മരച്ചില്ലകളും മറ്റും വീണു കിടക്കുന്നതു കണ്ട് അത്ഭുതപ്പെട്ടുകൊണ്ട് വൃദ്ധൻ വരുന്നത് കണ്ടെങ്കിലും പതിവുപോലെ തന്നെ ഞാനെഴുത്ത് തുടർന്നു. വൃദ്ധൻ വന്ന വഴി നിൽക്കാതെ അകത്തേക്കു പോയപ്പോൾ കഞ്ഞിയും കാന്താരിമുളകും ഉറപ്പായി.

അദ്ദേഹത്തിനറിയാം ചായയൊഴികെയുള്ള കാര്യത്തിന് ഞാനധികം സാഹസത്തിന് നിൽക്കില്ലെന്നും വല്ല പഴമോ മറ്റോ ഉണ്ടെങ്കിൽ എന്റെ ദിവസങ്ങൾ സന്തോഷത്തോടെ കടന്നു പോകുമെന്നും. ഷേണായി ചേട്ടൻ വിളിച്ചില്ലെങ്കിലും കഞ്ഞിയായിക്കാണുമെന്നു തോന്നിയപ്പോഴെഴുന്നേറ്റ് ചെന്ന് മേശക്കരുകിലിരുന്നു.

കഞ്ഞിയുമായി വന്ന വൃദ്ധൻ പറഞ്ഞു.

കുഞ്ഞിന് കഞ്ഞിയുണ്ടാക്കാനെടുക്കുന്ന സമയം കൃത്യമായറിയാം. എന്നാലും കഴിക്കാനില്ലെങ്കിൽ വിശപ്പുവരാത്ത ഒരാളെ ഞാൻ കാണുന്നത് തന്നെ കുഞ്ഞു വന്നശേഷമാണ്!

അല്പമുറക്കെ ചിരിച്ചുകൊണ്ട് ഞാൻ പറഞ്ഞു, എന്തു ചെ

യ്യാനാ ചേട്ടാ... അലഞ്ഞു തിരിഞ്ഞുള്ള ജീവിതമല്ലേ, അങ്ങനെയും ശീലിച്ചല്ലേ പറ്റൂ!

പ്ലാവിലത്തവികൊണ്ട് കഞ്ഞികോരിക്കുടിച്ചുകൊണ്ടിരിക്കുമ്പോൾ വൃദ്ധൻ ചോദിച്ചു,

എഴുതിയ കഥകൾ വല്ലതുമിനിയിരിപ്പുണ്ടോ കുഞ്ഞേ?

അതെന്തിനാ ചേട്ടാ... ആ അരത്തമിഴത്തി മഞ്ചിലിക്ക് കൊടുക്കാനാണോ?

എന്റെ ചോദ്യവരികൾക്കിടയിൽ വായന നടത്തിയതുപോലെ ചെറുതായി ചിരിച്ചുകൊണ്ട് വൃദ്ധൻ ചോദിച്ചു.

അതെന്താണങ്ങനൊരു പതിവില്ലാത്ത ചോദ്യം?

രവി കഥ വാങ്ങിക്കൊണ്ടു പോയ കാര്യം ഞാൻ പറഞ്ഞു.

അവൾ നല്ലൊരു പെൺകൊച്ചാ... പക്ഷെ, എല്ലാമതിന്റെ വിധിയെന്നല്ലാതെന്തു പറയാൻ!

അങ്ങനെ പറഞ്ഞു വൃദ്ധൻ മൗനത്തിലായപ്പോൾ ഞാൻ പറഞ്ഞു. എഴുതാനുള്ളൊരു കഥ മനസ്സിലുണ്ട് ചേട്ടാ... വേണമെങ്കിലക്കഥ പറഞ്ഞു തരാം!

അതുവേണ്ടാ, കഥയും പറഞ്ഞോണ്ടിരുന്നാൽ സിനിമാക്കഥ അവിടെത്തന്നെ നിന്നുപോകും!

അതു സാരമില്ല ചേട്ടാ,

സിനിമ കാണുന്നതിനിടയിൽ മൂത്രമൊഴിക്കാനും കപ്പലണ്ടി തിന്നാനുമൊക്കെ ഇടവേളക്ക് നമ്മൾ പുറത്തു പോകില്ലേ...

ഇതങ്ങനെ കരുതിയാൽ മതി! ഞാൻ പറഞ്ഞതിലെ യുക്തി ഉൾക്കൊണ്ടിട്ടോ, കഥയറിയാനുള്ള അസഹ്യമായ ആഗ്രഹം കൊണ്ടോ എന്തോ, അദ്ദേഹം മറുപടി പറയാതിരുന്നപ്പോൾ വഴിയെപോകുന്നവരെപ്പോലും പിടിച്ചു നിർത്തി കഥപറഞ്ഞു ശീലിച്ചുപോയ ഞാൻ വൃദ്ധന്റെ മൗനം ഇരട്ടസ്സമ്മതമായികണ്ട് കഥ പറഞ്ഞു തുടങ്ങി.

എന്റെയും ചേട്ടന്റെയുമൊക്കെ കാര്യം ഓർത്തിരിക്കാനും മാത്രം കാലത്തിനു കാരണമുണ്ടെങ്കിൽ, "കാറ്റ് പോലും പറഞ്ഞു നടക്കുന്ന" സംഭവിച്ചേക്കാവുന്നൊരു കഥയാണിത്!

ചന്ദ്രനിലെ ജീവന്റെ സാന്നിധ്യം മനസ്സിലാക്കാനായി നടത്തിക്കൊണ്ടിരിക്കുന്ന അഹോരാത്ര യജ്ഞത്തിനിടയിൽ ഭൂമിയിൽ നിന്നുമയച്ചൊരു പേടകത്തിലെ ക്യാമറ വളരെ ചെറിയൊരു വസ്തുവിന്റെ ഫോട്ടോ ഭൂമിയിലെ സ്റ്റേഷനിലേക്കയച്ചു. ആ ഫോട്ടോ വിശദമായി പരിശോധിച്ചു പഠിച്ച ശാസ്ത്രജ്ഞ

സംഘം സ്ഥലകാലബോധം നഷ്ടപ്പെട്ടതുപോലെ വിളിച്ചുകൂകി, ഒടുവിൽ നമ്മൾ വിജയിച്ചു... ഇതൊരു കൊതുകുമുട്ടയുടെ ചിത്രമാണ്!

അത്ഭുതപ്പെട്ടന്തം വിട്ടുപോയ അവരുടൻ ആ ചിത്രത്തിലുള്ള വസ്തുവുമായി മടങ്ങിവരാൻ പേടകത്തിന് നിർദ്ദേശം നൽകി. ആ പേടകം അപ്രകാരം പ്രവർത്തിച്ചപ്പോൾ കൊതുകുമുട്ട ശാസ്ത്രജ്ഞൻമാരുടെ പക്കലെത്തിച്ചേരുകയും ചെയ്തു.

ഉടൻതന്നെ അവരാകൊതുകുമുട്ടയെ പ്രത്യേക സംവിധാനങ്ങളുപയോഗിച്ചു വിരിയിച്ചെടുത്തശേഷം ജീവജാലങ്ങളുടെ ഭാഷവിശകലനം ചെയ്യുന്ന യന്ത്രക്കൂട്ടിൽക്കയറ്റി സംസാരിപ്പിച്ചുതുടങ്ങി. ആ കൊതുക്, കാര്യങ്ങൾ പറഞ്ഞു തുടങ്ങിയപ്പോൾ ശാസ്ത്രജ്ഞന്മാർ വായ പൊളിച്ചുകേട്ടു നിന്നു.

വർഷങ്ങൾക്ക് മുൻപ് ഒരു മനുഷ്യനായി ഞാൻ ഭൂമിയിൽ ജീവിച്ചിരുന്നു. സത്യസന്ധനായി, പരസഹായങ്ങളൊക്കെ ചെയ്തു നല്ലൊരു മനുഷ്യനായി ജീവിച്ചു. പക്ഷെ, ബുദ്ധിയുടെ കാര്യത്തിൽ വളരെ ഉയരത്തിലായിരുന്നു ഞാൻ! അതുകൊണ്ടു തന്നെ ദൈവത്തിൽ വിശ്വസിച്ചിരുന്നില്ല. എന്തുകൊണ്ടു ദൈവമില്ലയെന്ന് ജനങ്ങൾക്ക് പഠിപ്പിച്ചുകൊടുക്കലായിരുന്നു എന്റെ സന്തോഷവും സമാധാനവും!

അക്കാര്യത്തിൽ കാര്യകാരണങ്ങൾ നിരത്തിയുള്ള എന്റെ ക്ലാസ്സുകൾ കേൾക്കാനും എന്നെപ്പോലെ ബുദ്ധിയുള്ളവരായിത്തീരാനും ധാരാളമാളുകൾ മുന്നോട്ടു വന്നുകൊണ്ടിരുന്നു. കാര്യങ്ങളങ്ങനെ ഭംഗിയായി നീങ്ങവെ, ഒരു പ്രസംഗം കഴിഞ്ഞു വരുന്നവഴിക്ക് എന്റെ കാർ മറ്റൊരു വാഹനവുമായി കൂട്ടിയിടിച്ചു. പുറത്തേക്കു തെറിച്ചുവീണ ഞാൻ തത്ക്ഷണം മരിക്കുകയും ശരീരത്തിൽ നിന്നും പുറത്തുവന്ന ആത്മാവ് ആകാശത്തേക്കുയരുകയും ചെയ്തു.

കുറച്ചു സഞ്ചരിച്ചുചെന്നപ്പോൾ രണ്ടു കൂറ്റൻ വാതിലുകൾക്കു മുന്നിൽ വഴി അവസാനിച്ചു. ഒരു വാതിലിൽ ഭീമാകാരന്മാരും വിരൂപരുമായ രണ്ടു കാവൽക്കാരുണ്ടായിരുന്നു. അവരെന്നെ കടന്നുപിടിച്ച് അകത്തേക്കെറിയാൻ പോകുകയാണെന്ന് മനസ്സിലാക്കിയ ഞാൻ വഴുതി മാറി അടുത്ത വാതിലിനു സമീപമെത്തിയപ്പോൾ നല്ല സുന്ദരന്മാരായ രണ്ടു കാവൽക്കാർ പുഞ്ചിരിതൂകി നിൽക്കുന്നു.

ചിരിച്ചുകൊണ്ടകത്തേക്കു പോകാൻ ഞാൻ ശ്രമിച്ചപ്പോൾ

കയ്യിലിരുന്ന കുന്തങ്ങൾ വാതിലിനു കുറുകെ പിടിച്ചുകൊണ്ടവ രെന്നെ തടഞ്ഞു.

ഈ വഴി അകത്തേക്ക് പോകാൻ നിങ്ങൾക്ക് അനുവാദമി ല്ലെന്നും ദൈവനിഷേധികൾക്ക് ആദ്യം കണ്ടവഴിയിൽ കൂടിയാ ണ് പ്രവേശനമെന്നും പറഞ്ഞു.

ഭൂമിയിൽ ഞാൻ മറ്റുള്ളവരെ സഹായിച്ചും സ്നേഹിച്ചും മര്യാദക്കാരനായിത്തന്നെയാണ് ജീവിച്ചതെന്നും അതുകൊണ്ട് ഈ വഴിതന്നെ കടത്തി വിടണമെന്നും ഞാൻ വാശിപിടിച്ചു. എന്റെ നിർബന്ധം സഹിക്കാതെവന്നപ്പോൾ നിൽക്കാൻ പറ ഞ്ഞിട്ടതിലൊരാൾ അകത്തേക്ക് പോയി.

കുറച്ചു കഴിഞ്ഞു മടങ്ങിവന്ന അയാൾ "ദൈവകല്പന" അറി യിച്ചു. ദൈവത്തെ നിഷേധിക്കുകയും അതിനു മറ്റുള്ളവരെ പ്രേ

രിപ്പിക്കുകും ചെയ്തുവെന്ന കുറ്റം ചെയ്തതുകൊണ്ട് ഈ വഴി അകത്തുകടക്കാൻ കഴിയില്ലെന്നും ഭൂമിയിലേക്ക് മടങ്ങിപ്പോയി പത്തു ജന്മങ്ങളെടുത്ത് ആയിരം വർഷങ്ങൾ ഈശ്വരനെ ധ്യാനിച്ചു പൂർത്തിയാക്കി വന്നാൽ ഈ വഴി പ്രവേശിപ്പിക്കാമെന്നുമായിരുന്നുവത്.

എന്നാൽ, ഇത്രനാളും മറ്റുള്ളവരെ സ്നേഹിച്ചും സഹായിച്ചും നല്ലവനായി ജീവിച്ചിരുന്നതുകൊണ്ട് ഇനിയുള്ള ജന്മങ്ങൾ ഏതു ജീവിയായി വേണമെങ്കിലും പൂർത്തിയാക്കാനുള്ള സ്വാതന്ത്ര്യം നിങ്ങൾക്കുണ്ടെന്നുമറിയിച്ചു.

ഇതു കേട്ടപ്പോൾ ഞാനാദ്യം പറഞ്ഞിരുന്ന എന്റെ അത്യുന്നതബുദ്ധി വീണ്ടും പ്രവർത്തിച്ചുതുടങ്ങി.

"ദൈവം എനിക്കു തന്നത് എട്ടിന്റെ പണിയെങ്കിൽ, ഞാൻ തിരിച്ചുകൊടുക്കാൻ പോകുന്നത് പതിനാറിന്റെ പണി!"

അങ്ങനെ ചിന്തിച്ചുകൊണ്ടു ഞാൻ ഭൂമിയിലേക്ക് മടങ്ങി. ഇവിടെ ദൈവത്തിനൊരു തെറ്റ് പറ്റിയിരിക്കുന്നുവെന്ന് ഞാൻ ചിന്തിച്ചു. കല്പന പ്രകാരം പത്തു ജന്മങ്ങൾ പൂർത്തിയാക്കി ചെന്നാൽ ആ വഴിതന്നെ എന്നെ പ്രവേശിപ്പിക്കാതിരിക്കാൻ ദൈവത്തിനു പറ്റില്ല. ആയിരം വർഷങ്ങൾ ധ്യാനിച്ചു പൂർത്തിയാക്കാത്തത് എന്റെ കുറ്റം കൊണ്ടല്ലല്ലോ. തിരഞ്ഞെടുക്കാനെനിക്കു സ്വാതന്ത്ര്യം തന്നിട്ടുണ്ട്. ഞാൻ തെരഞ്ഞെടുക്കുന്ന ജീവിക്ക് അത്രയും ആയുസ്സില്ലാത്തതുകൊണ്ടല്ലേ... അപ്പോൾ ഞാൻ തെറ്റുകാരനുമല്ല. ദൈവത്തിന് വാക്കു പാലിക്കാതിരിക്കാൻ പറ്റുകയുമില്ല. സത്യത്തിൽ ദൈവം ഒരു വിഡ്ഢിതന്നെ!

അല്ലെങ്കിൽ ഇങ്ങനെയൊരു കല്പന തരുമോ... അത്യുന്നതങ്ങളിൽ വിഹരിക്കുന്ന എന്റെ ബുദ്ധിയെക്കുറിച്ച് ദൈവത്തിന് ഒരു ചുക്കുമറിയില്ല തന്നെ!

ഭൂമിയിലെത്തിയ ഞാൻ ചവറുകൂനയിൽ കണ്ട കൊതുകു മുട്ടയിൽ പ്രവേശിച്ചു. ഒരാഴ്ചകഴിഞ്ഞപ്പോൾ മുട്ട വിരിഞ്ഞു കൊതുകായി ഞാൻ പുറത്തു വന്നു. ചവറുകൂനയിൽ ദൈവത്തെ ധ്യാനിച്ചു ഞാനിരിക്കുമ്പോൾ അതുവഴി ആദ്യം വന്നയാളിനെ പറന്നുചെന്നു ഞാൻ ഒറ്റക്കുത്തുവെച്ചുകൊടുത്തു. അയാൾ കയ്യുയർത്തിയെന്നെ ആഞ്ഞടിച്ചു. അപ്പോൾ തന്നെ ഞാൻ ചത്തുവീഴുകയും ചെയ്തു. വീണ്ടുമെന്റെ ആത്മാവ് അടുത്ത കൊതുകു മുട്ടതേടിപ്പോയി. അങ്ങനെ ഒൻപതു ജന്മങ്ങൾ പൂർത്തിയാക്കാനെനിക്ക് പത്ത് ആഴ്ചകൾ പോലും വേണ്ടിവ

ന്നില്ല!

ഇനിയുള്ള ഒരു ജന്മം പൂർത്തിയാക്കാൻ ഒരാഴ്ച മാത്രം മതിയെന്ന ചിന്ത, അഹങ്കാരം കൊണ്ടെന്നെ അന്ധനാക്കി മാറ്റിക്കഴിഞ്ഞിരുന്നതിനാൽ ഞാൻ പ്രവേശിച്ച പത്താമത്തെ കൊതുകുമുട്ട ചന്ദ്രനിലേക്ക് പോകാൻ തയ്യാറാക്കി നിർത്തിയിരുന്നൊരു പേടകത്തിനടുത്തിരുന്ന ചെറിയ മെറ്റൽ ഡോറിലായിരുന്നുവെന്നത് കാര്യമുള്ളതായി അപ്പോഴെനിക്കു തോന്നിയിരുന്നില്ല. കാര്യങ്ങൾ മാറിമറിഞ്ഞത് പെട്ടന്നായിരുന്നു. ഒരാൾ വന്ന് ആ ഡോർ എടുത്ത് പേടകത്തിൽ ചേർത്തമർത്തിയപ്പോൾ ഡോർ അവിടെ ലോക്കാകുകയും ഞാൻ പേടകത്തിനകത്താകുകയും ചെയ്തു. താമസിയാതെ കുതിച്ചുയർന്ന പേടകം വായുമണ്ഡലം കടന്നുപോയപ്പോൾ മുട്ടവിരിഞ്ഞു പുറത്തുവരാനുള്ള എന്റെ കഴിവ് നഷ്ടപ്പെട്ടു. ചന്ദ്രനിൽ പേടകമിടിച്ചിറങ്ങിയപ്പോൾ ഞാനുള്ള കൊതുകു മുട്ട പറ്റിപ്പിടിച്ചിരുന്ന ഡോർ ഇളകിത്തെറിച്ചു ഞാൻ വലിയൊരു ഗർത്തത്തിൽ ചെന്നുവീണു. അങ്ങനെ കഴിഞ്ഞ ആയിരം വർഷങ്ങളായി ഞാനാഗർത്തത്തിൽ കൊതുകുമുട്ടക്കകത്തിരുന്ന് ദൈവത്തെ ധ്യാനിക്കുകയായിരുന്നു.

ദൈവവിധി പൂർണ്ണമായപ്പോൾ നിങ്ങളെന്നെ കണ്ടെത്തുകയും ഭൂമിയിലെത്തിച്ച് മുട്ടവിരിഞ്ഞു പുറത്തുവരാനവസരമുണ്ടാകുകയും ചെയ്തു. എല്ലാമനുഭവിച്ചു കഴിഞ്ഞ ഇപ്പോഴെന്റെ അതിബുദ്ധി പോയി സാധാരണ മനുഷ്യരെപ്പോലെ പ്രവർത്തിക്കുന്നുണ്ടെങ്കിലും എനിക്കിനി മനുഷ്യജന്മവുമില്ല, ഭൂമിയിൽ തുടരാൻ ദൈവത്തിൽ നിന്നും അനുവാദവുമില്ല. അതുകൊണ്ട് എനിക്കുടനെ ദൈവസന്നിധിയിലേക്ക് പോയേതീരു!

എല്ലാം കേട്ടു "വണ്ടർ" അടിച്ചുനിന്നിരുന്ന ശാസ്ത്രജ്ഞന്മാർ ഞെട്ടി. ബില്യണും ട്രില്യണുമായ ഡോളറുകൾ "തുല്യ" നാക്കി ചന്ദ്രനിൽ നിന്നും കൊണ്ടുവന്നയീ അത്ഭുത പ്രതിഭയെ "പോകണം" എന്നുപറഞ്ഞാൽ വിട്ടയക്കാൻ പറ്റുമോ?

അവർ ഒരു മേശക്കുചുറ്റുമിരുന്ന് ഈ കൊതുകിനെ ലോകത്തിനുമുന്നിൽ എങ്ങനെ അവതരിപ്പിക്കണമെന്നതിനെക്കുറിച്ച് ഗൗരവമായി ചർച്ച തുടങ്ങി. ആ തക്കം മുതലാക്കി പറന്നുയർന്ന കൊതുക് ഒരു ശാസ്ത്രജ്ഞന്റെ ഇടതു കയ്യിൽ ആഞ്ഞൊരു കുത്ത് കൊടുത്തു. ഓർക്കാപ്പുറത്തു കൊതുകിന്റെ കുത്തേറ്റ അയാൾ വലതുകൈകൊണ്ടൊരടിയങ്ങ് വെച്ചുകൊടുത്തു. ചന്ദ്രനിൽ നിന്നും വന്ന കൊതുക്, കൊണ്ടുവന്നവന്റെ തന്നെ

അടിയേറ്റു ചത്തുവീണ് ആത്മാവ് ദൈവസന്നിധിയിലേക്കുയർന്നുപോയപ്പോൾ വൈകിമാത്രം അബദ്ധം തിരിച്ചറിഞ്ഞ ശാസ്ത്രജ്ഞർ ഞെട്ടിത്തരിച്ചിരുന്നുപോയി.

ഞാൻ കഥ പറഞ്ഞു തീർന്നു കഴിഞ്ഞിട്ടും വളരെനേരം വൃദ്ധൻ മൗനം തുടർന്നപ്പോൾ പതിവില്ലാത്തതൊന്ന് ഞാൻ ചോദിച്ചു.

എന്റെയീ കഥക്ക് ചേട്ടന്റെ അഭിപ്രായമെന്താണ്?

ഇക്കഥയിലെന്നല്ല കുഞ്ഞിന്റെ എല്ലാ രചനകളിലും കഥയും, കാര്യവുമുണ്ടെന്നാണെന്റെ പക്ഷം. കഥയെന്താണ് കാര്യമേതാണ് എന്നൊക്കെ തിരിച്ചറിയേണ്ടത് കേൾക്കുന്ന വ്യക്തിയുടെ അറിവിന്റെയും ബുദ്ധിയുടെയും അളവുകോലുപയോഗിച്ചാണ്, അല്ലാതെ സത്യം തെളിയിക്കേണ്ട ബാധ്യത കഥയെഴുതുന്നവനില്ലതന്നെ!

വൃദ്ധനെഴുന്നേറ്റു പുറത്തേക്കുപോയപ്പോൾ മേശക്കു താഴെ വീണു കിടന്നിരുന്ന നാലായി മടക്കിയൊരു കടലാസ് കുനിഞ്ഞെടുത്തു നിവർത്തിനോക്കി.

എന്റെ സുഹൃത്തുക്കളിൽ പ്രായംകൊണ്ട് ഏറ്റവും മുതിർന്നയാളും പഴയ നാടകകലാകാരനും ഹാസ്യ കവിതകൾ രചിക്കുന്നതിൽ അതിതൽപ്പരനും സർവ്വോപരി കടുത്ത നിരീശ്വരവാദിയുമായ ശങ്കരൻചേട്ടനെനിക്കു സമ്മാനിച്ച "ചിന്നാമുക്കി" യെന്ന കവിതയുടെ കയ്യെഴുത്തു പ്രതിയായിരുന്നുവത്. അതിലെ

"കലി തീരാഞ്ഞവൾ ചെറുകട്ടുറുമ്പിനെ തല്ലിനുറുക്കി,
അലറിക്കൊണ്ടത് ചൂലിന് തൂത്തുകൂട്ടി
എന്നെ തൊട്ടുകളിച്ചാലിങ്ങനെതന്നെ" യെന്ന് ചത്ത ഉറുമ്പിനെ താക്കീത് ചെയ്യുന്ന ഭാഗം വായിച്ചിരുന്നു കുറേ ചിരിച്ചു. എന്റെ "ചന്ദ്രനിൽ നിന്നൊരു കൊതുകിന്റെ" കോപ്പി അദ്ദേഹത്തിനു നൽകിയാൽ അതിനൊരു ഹാസ്യമറുപടി കവിതാ രൂപത്തിൽ തന്നെ കിട്ടാനിടയുണ്ടെന്നു ചിന്തിച്ച ഞാൻ ഉടൻ തന്നെ അതെഴുതുന്നതിലേക്കു കടന്നു.

കടലാസുകൾ തീരാറായിരിക്കുന്നു. ടൗണിൽ പോയി വേണമത് വാങ്ങാൻ. എഴുതിയ കഥ കവറിലാക്കിയൊട്ടിച്ച് ശങ്കരൻ ചേട്ടന്റെ വിലാസമെഴുതി തോൾ സഞ്ചിയിൽ നിക്ഷേപിച്ച് ഉച്ച കഴിഞ്ഞപ്പോൾ ടൗണിലേക്കു പോകാനായി ഷെഡ്ഡിൽ നിന്നും പുറത്തിറങ്ങി. റബ്ബർ തോട്ടത്തിനതിരിൽ നിന്നും ചെമ്മൺ പാതയിലേക്കിറങ്ങി നടന്നു തുടങ്ങിയപ്പോൾ മുതൽ ആ ബംഗ്ലാവി

ന്റെ മുകൾ നിലയിലെ ജനലഴികൾക്കിടയിൽക്കൂടി അഗ്നി ചിതറുന്ന രണ്ടു കണ്ണുകൾ എന്നെ പിന്തുടരുന്നതായി അനുഭവപ്പെട്ടെങ്കിലും തിരിഞ്ഞു നോക്കാതെ മുന്നോട്ടു നടന്ന ഞാൻ മനസ്സിൽ പറഞ്ഞു, വരട്ടെ... നോക്കാം!

ശുഭം